(ज्ञयम पात कथांचा संग्रह)

संपादक **वि. स. खांडेकर**

मत्राइ ागंधीत्त्रीम ान्डम

All rights reserved along with e-books & layout. No part of this publication may be reproduced, stored in a retrieval system or transmitted, in any form or by any means, without the prior written consent of the Publisher and the licence holder.

Please contact us at Mehta Publishing House, Pune.

Email: production@mehtapublishinghouse.com

Website : www.mehtapublishinghouse.com

प्रमत्नारा असून त्यान्यारा प्रकाशक सहमत

प्रमतकातील लेखकाची मते, घटना, वर्णने हो त्या लेखकाची असून त्याच्याशो प्रकाशक सहमत

असपीतन असे नाही. ♦ पा रुस्तकावाल तत्कवाना मव, घटना, वणन हा त्या लखकाना असून त्याच्याशा भकाशक सहमव

INDRADHANUSHYA Edited by V. S. KHANDEKAR

इंदर्शनुष्य : संपादक वि.स. खांडकर / कथासंग्रह

Email: author @mehtapublishinghouse.com

© सुरक्षित

. पिए , मत्स्राज्ञ प्रकाशानाचे हक्क मेहता पब्लिशिंग हाऊस, पुणे.

प्रकाशक : सुनील अनिल मेहता, मेहता पब्लिशिंग हाऊस,

१९४१, सदाशिव पेठ, माडीवाले कॉलनी, पुणे - ४११०३०.

गिक्लक् म्ड्राम्हं : खपुछम्

/ ७१११ , धिन्हुर्स / ७८११ / ४८११ । ४८११ : लाकनाशकप

४१०९ ,म : णश्रममृ

P Book ISBN 9788171616695

E Book ISBN 6789386454102

E Books available on: play.google.com/store/books

I £0298£I & £1=abon fd/ni.nozama.www

क्रिंगान्ग्राप्त

त्याच्या जोडीनेच तिचाही विकास होत चालला आहे. वार्ड्मयप्रकार दुसरा कुठलाच नाही. त्यामुळेच मानवाबरोबर तिचा जन्म झाला आणि गेली आहे. ती मनुष्याची एक प्रकारची भावनात्मक भूक आहे. कथेइतका सर्वस्पर्थी चालेल. गोष्टी ऐकण्याची किंवा वाचण्याची आवड ही मानवी रक्तात अगदी भिनून लागतो. लहान मुले घरोघर गोष्टीसाठी नेहमी हुट्ट थरून बसतात, असे म्हरले तरी व्यक्तीची जीवनकथा सांगाथला लागू द्या; आपण लगेच कान रवकारून ती पुंकू अनुभव आपल्याला हरघडी येतो. स्वेर गप्पागोष्टींच्या ओघात बोलणारा एखाद्या पडत नसे. आजही आगगाडीपासून खासगी बेठकीपयेत मानवी मनाच्या कथालोलुपतेचा म्हिक गण मिंग्रिह । असी भागापा कुर्रह असी, त्याला श्रीत्यांन गण मिंग्रिह एखाधा बेठकोच्या अद्द्यावर, देवळात आणि धर्मशाळेत, सोबतोने प्रवास करणाऱ्या गोष्टि सांगत आणि ऐकत आली आहेत. रानावनांतल्या शेकोटीभोवती, बाजारातल्या गिष्टिपेक्षा कमी नाही. मानवजात जगात निर्माण झाल्यापासून माणसे मोठ्या उत्पुकतेन उद्बोधन करीत आल्या आहेत. बुद्धाच्या जातककथांची लोकप्रियताही काही या र्नात सन् कार्य होती। प्राप्त कार्य किया अनार कार्य होती। प्राप्त कार्य कार्य होती। आहेत, काही बोधकथा आहेत, काही जीवनकथा आहेत. बायबलमधल्या 'रूथ', वार्ड्मयातत्या अनेक लहान लहान कथा सुप्रसिद्ध आहेत. त्यातत्या काही रूपककथा कथा हा साहित्यातला काव्याइतका प्राचीन विभाग आहे. आपत्या वैदिक

शतकातच झाली आहे. रूपककथा, बोधकथा, ध्वनिकथा, प्राणिकथा, लोककथा, मात्र जिला आपण सध्या लघुकथा म्हणतो, तिची वाढ अगदी अलीकड गेल्या

जातसागरावरून डोलाने प्रवास करीत आपल्यापर्यंत येऊन पोहोचले आहे. परीकथा, अरबी भाषेतत्या सुरस गोष्टी, इत्यादी सुंदर साहित्य शतकानुशतक कथावाङ्मय निर्माण झाले. त्यातले इसापनीती, पंचतंत्र, हितीपदेश, ॲडरसनच्या परीकथा, अद्भुतरम्य कथा, इत्यादी विविध रूपांनी प्राचीन काळी सर्वे देशांत विपुल

कथेकडे पुन्हा कलावंतांचे लक्ष वळले. तिचे नवनवीन उन्मेष दिसू लागले. पो, अलि. साहित्यातला एक स्वतंत्र कलाप्रकार या दृष्टीने एकोणिसाव्या शतकातच खुरली. काव्य, नास्य, कादंबरी वगेरे वाद्मयप्रकारांना या कालखंडात महत्त्व मानवजातीच्या बाल्यावस्थेत कथेचा असा विकास झाला. पण पुढे तिची प्रगती

मीर्णसा, चेकॉव्ह, टॉलस्टॉय, इत्यादी पाश्चात्य प्रतिभाशाली लेखकांनी आधुनिक वाङ्मधात तिला मानाचे स्थान मिळवून दिले.

संसारी कथा आणि गोड गमतीदार गोधि लिहिणार साहित्यिक होते. रवीद्रनाथांच्या 'काबुलीवाला' सारखी जीवनाचे उत्कर दशिन घडविणारी किंवा होर होणा अपहे, याचा वाचकाला प्रत्य आणून देणारी गोष्ट

प्रभातबाबूच्या लेखणीतून कथीच उतरली नसावी.

दशन नाही. आधीनक पद्धतीची लघुकथा मराठीत उदय पावली, ती १९२० नंतर! दिवाकर कृष्ण हे या नव्या पद्धतीने प्रभावी गोधी लिहिणारे पहिले कथाकार होत.

कुगी प्रभावी गोधी लिहू शकत नाही. सींदर्य अनुभवू शकत नाही, त्याप्रमाणे लघुकथा-लेखनाचे बाह्य निमय पाळून काही रिताप्रपुर ताप्रह ाणीह किया विविध्य विविध्य मुह्नाव निपव कामर हिनामावर पदार्थ करायच्या किया वाचून एखादी बाई काही सुगरण होऊ शकत नाही, ते आपली कल्पना करून घेतात. पण पाकशास्त्रावरत्था पुस्तकातत्था निरनिराळ लघुकथा-लेखक होऊ किवा सुंदर लघुकथेचा मोठ्या रिसकतेने आस्वाद घेऊ, अशी मूचनांचे मोठे आकर्षण वारते. त्यात सांगितलेले मिद्धान्त ते वेदवाक्याप्रमाणे मानू निर्माण झाली आहेत. नवशिक्या लेखकांना आणि बहिर्मुख वाचकांना अशा पुस्तकांतत्था 'लघुकथा कशा लिहाव्यात?' या विषयावर आपल्याकडे लहानसहान पुस्तकेही असे मात्र मुळीच नाही. लघुकथेचे तंत्र हा शब्द अलीकडे आपण वारंवार ऐकतो. ,र्रह ारुक ार्यास आहेत व ते कसीशीने पाळले, की सरस आधार मधना वाहेत जिल्कानी पद्धतशीर प्रयत्नही केले आहेत. याचा अर्थ लघुकथालेखनाचे काही लावला आहे. ती सींदर्धयुक्त व परिणामकारक व्हावी, म्हणून या कलावंतांमैकी ज्ञाया या विकासाला वेस-पंचवीस लेखकांनी तरी आपापत्या परीने हाताभार अगदी श्रीहरमा गोधी आपत्याकडे लिहिल्या गेल्या आहेत. मराठी दजीची नाही. जागतिक लघुकथावाङ्मयात ज्यांना मानाचे स्थान मिळेल, अशा ती हिंदी, गुजराथी, तामीळ, इत्यादी भाषांतत्त्या लघुकथेयेक्षा कोणत्याही दृष्टीने कमी हिर्मिष्ट्री ए ज्ञार पण . ज्ञार क्र के एम्जीए रुक गंसाप्राप निते १५३४ विनर्म किम नेत्र नार्गत मराठी लघुकथेचा क्रमशः विकास होत गेला. अजून अनेक

मिना महत्त्व वाह्यम । एया विना मिह, अने महिन मानुमा व्हान महिन संस्मे । स्था वाह्य । त्या मानुमा वाह्य । त्या स्था । त्या स्था । स्था

.िहं मिड़ेर्न

धावत येते.

असे असूनही लघुकथेव्या तंत्राचे किंवा तिच्या बाह्यांगाचे वाह्मयात स्ताम माजविले जाते. याचे कारण एकच आहे - साहित्यातला तो सर्वांत जास्त माणाी असर्लेला माल आहे. त्यामुळे तो एक अत्यंत अवघड असा कलाप्रकार आहे, इकड़े स्तिहा माठ्या सर्वेच लेखकांचे दुलिक्ष होते.

न छुक्शा सामान्यतः मामिकाकरिता घाईघाईने लिहित्या जातात. त्यामुळ न कळत कळत त्यांना एक प्रकाद के ब्रांमिक कि असते. के जिन स्वक्ष्य प्राप्त होत असते. के कि क्ष्यं प्राप्त होत असते. असीच एक्फ्य प्राप्त होत असीच स्वाप्त होत प्रकल्प मंत्र संपादकांना चांगली लघुक्शा साचेबंद गोष्टी निर्माण होऊ लागतात. सर्वसामान्य त्यामुळे एका उरावोक उशाच्या साचेबंद गोष्टी निर्माण स्वयं झाली, म्हणजे सजीव, कलापूर्ण लघुक्श्या काला सर्वयं झाली, म्हणजे सजीव, कलापूर्ण लघुक्श्या आणि निर्माण कि साचेबंद लघुक्श्या याति अंतर जाणणयाची त्याचे होते. आणि निर्माण विसरत्या जाणाऱ्या अश्या पण या महित्याला प्रसिद्ध होऊन पुरुत्या महित्याला विसरत्या जाणाऱ्या अश्या पण या महित्याला प्रसिद्ध होऊन पुरुत्या महित्याला हिसरत्या जाणाऱ्या अश्या पण या महित्याला प्रसिद्ध होऊन पुरुत्यों, सामध्याची किंवा कलापूर्ण स्वल्पाची होत्र होपाची

करना करून घेणे अरखंत वृक्के अरितः जातिवंत लघुकथालेखक हा ख्रा कलावंत असतो. बाह्य नियमांथेशा माहित्यातत्या चातिवंत लघुकथालेखक हा ख्रा कलावंत असतो. बाह्य नियमांथेशा माहित्यातत्या भंकेतायेशा किंवा कृतिम सेतीने चुळाविल्या जाणाऱ्या कावान व्यक्तिगात दृष्टिकोनातून जाणून भावनांचा आणि विचारांचा आविष्कार करणे, हे आपल्या कलेचे खरे काथे ध्राव माध्य काणि करणे असते. या दृष्टीने त्याचे कतीयाचा ताणा ताणा ताणा ताणा कावे आहे. याची त्याला पुरेपूर करण्या असते. या दृष्टीने त्याचे कतीयाचा कावा ताणा कावे आहे. याची त्याला पुरेपूर करणाचा काव्य कोण म्हणेला? भोवताती घडणाच्या स्थाला, तर त्याच्या त्या भारडाला काव्य कोण महणेला? भोवताती घडणाच्या ध्रावाता आणि मावना यांचा विविश्व सुत्रेच अस्ति चाणाच्या एखाद्या प्रसंगाचे अथवा करण्या आणि भावना थांचा विवश्य केंग्रित आपलेखकाचे मावन सहो। स्थानमाणे त्यालाही आपल्या कथेचा विषय कुठ आव्यक्ते आचा नियम नयतो. कविषय वाचा विषय काव्य होन्या अंता होव्यय काव्य होन्या तिस्ती.

मुख कलावंताला कथीच मिळत नाही. इथे बनवाबनवीला, जुळवाजुळवीला, कृप्तिम एचनेला किंवा यांत्रिक मांडणीला जागा नाही. ज्याची कलाकृती अशा रीतीने निर्माण होते, तो तंत्राचा विचार प्रथमतः मुळीच करीत नाही. उलट तंत्रच नरुळत त्याच्यामागून

पदतो, असे थोदेच आहे! गुलाबापेक्षा फार सुरेख वारतो. पण एवढ्यामुळे त्या दोघांच्या सुंगधांत मोठा फरक त्यात नवल करण्यासारखे तरी काय आहे? बागेतला गुलाब प्रथमदर्शनी रानातल्या विशेष आढळावेत, याचे आश्चर्य वारल्यावाचून राहत नाही. पण तसे पाहिले, तर हे सर्व लक्षात घेतले, म्हणजे 'डिस्पेप्शिया' या गोधीत आधुनिक लघुकथेचे अनेक द्यावा लागे. भरतीचा मालमसाला या दृष्टीनेच ते कथेकडे त्यावेळी पाहत असावेत. ानांफ उकुष्य कार्याम्म । एउपार्था । एउपार्था प्रकारमा मार्था प्रकारमा स्थापार्था । एउपार्था | एउपार्या | एउपार्था | एउपार्था | एउपार्था | एउपार्या | एउपार्या | एउपा वारत नाही. 'करमणूक' पत्रात चालू कादंबरीच्या प्रकरणांच्या जोडीने छोट्या विनोदी इसिस् , अभिस् एक्से प्राच्ची हिम्स मिले निष्ठे । अभि अभिस् अभिस् । त्यांच्यापुढे असलेला दिसत नाही. किंबहुना गोष्ट हा लिलत वार्ड्मथातला एक र्षकरे वगेरे आदर्श निश्चित होते. गोष्टी लिहिताना तसा कुठलाही थोर लेखक हिरिभाऊंना प्रेरणा मिळणे शक्य नव्हते. कादंबरीलेखनात त्यांच्यापुढे स्कॉट, डिकेन्स, काळी आपत्याकडे फारसे माहीत नव्हते. त्यामुळ त्यांनी केलेल्या नवनवीन प्रयोगोपासून मुख्यतः फ्रेंच, रिशयन व अमेरिकन लेखकांनी केलेला आहे, पण हे कलावंत त्या मार थोड्या लिहिल्या जात असत. पाश्चात्य वाङ्मयातल्या लघुकथेचा विकास हिरिभाऊंनी जेव्हा ही गोष्ट लिहिली, तेव्हा आधुनिक पद्धतीच्या लघुकथा इंभजीतपुद्धा पहिलो तरी खऱ्या कलावंताला तंत्र कसे वश्र होते, हे स्पष्टपणे दिसून येईल. युगि िक्तिकाक मन्ह हि 'भाष्यिभिडी' हिम्हिप्पाह रूपित्रीह किताइएम प्र

प्रस्मित्याया' या गोशिनी मांडणी करताना हिस्मिकंनी पांत व प्रसंग यांची शक्य तेवही कारकसर केली आहे. कथेचे केंद्र मनात निश्चित झाले असल्यामुळे हो गोश त्यांना सहजासहजी साथली. आपल्याला औनिमांध झाले आहे, या भावनेने पछाडलेल्या कृष्णरावाला स्वतःच्या मूखेपणाची जाणीव करून देणे हा या गोशिचा विषय आहे. त्याला ती जाणीव व्हावी, म्हणून घाईमध्ये डॉक्टरंगच्या हातून होणाऱ्या पमंच्या अदलाबदलीचा उपयोग हिस्भिकंनी करून घेतला. हो क्लप्ती गोशितल्या मुख्य समाला पोषक अशीच आहे. कृष्णरावाच्या वेड्या समजुतीची व शेवटी त्याच्या समाला पोषक अशीच आहे. कृष्णरावाच्या वेड्या समजुतीची व शेवटी त्याच्या होणाऱ्या फिजतीची हो गोध असल्यामुळे सारे कथानक या एका मध्यवती पात्राभोवती

असा के कि तीय क्षेत्र गोधिया आरंभ होती, तोच मुळी असा : "दामोदर, ए दामोदर, पशंबित्रं काही आली आहेत हैं, ए दामोदर,

"नाही" असे उत्तर मिळताच सकाळी फेरफटका करून आलेले कृष्णराव क्लेल आपल्या ऑफिसमधील एका ईझीचेअरवर बसले. अलिकडे कृष्णराव अगदी उदास दिसत असत. त्यास असे वाटत असे की, 'आपण अगदी खंगलो आहो व अशक्तही झालो आहोत'

विचार करीत बसतो न बसतो, तीच टपाल येते. त्यातले एक ओळखोच्या वर्णनावरून आपत्या लक्षात येते. कृष्णराव आपत्या प्रकृतीविषयी चितायुक्त मनाने पत्र त्याच्या प्रकृतीविषयीचेच असले पाहिजे, हे त्यानंतरच्या त्याच्या मनःस्थितीच्या कुठल्या तरी महत्त्वाच्या पत्राची तो वार पाहत असावा, हे उधड दिसते. ते अपेक्षित

कृष्णराव बाहरून फिरून येताच मोठ्या उत्युक्तेन पत्रांची चौकशी करती. यावरून .कि.क प्रहेश जारंभीच्या या पाच ओळींतच आपण तिच्या अंतरंगात प्रवेश करतो.

हस्ताक्षराचे पत्र तो घाईघाईने हातात घेतो व लगबगीने फोडतो. त्यात पुढील मजकूर

,जिए त्रियायास भारच वाहर वारते, को ज्या गोगाने आपणास ग्राप्तले आहे, असया :

अनावर झाला आहे. आहे. एवडे दिवसपर्यंत तुम्ही उगीच हथगय केलीत. आता आपला गेग बराच असा तुम्हाला आजपर्वत निव्वळ संश्रथ होता, तो रोग खरोखरच तुम्हाला त्रास देत

"आता थोड्या दिवसांचा तुमचा आमचा संबंध राहिला आहे," असे बायकोला भुताच्या हातात कोलीत मिळावे, तथी कृष्णरावाची स्थिती होते.

त्याची पत्नी हवापालर कराथची गोष्ट काढते. तेव्हा तो उदुगारतो, बजावून तो कपाळाला हात लावून बसतो!

"माता म् वाईर आता मगळीकडं मारखीच हवा आहे आम्हाला! आता

एकदाच हवा बदलेल, म्हणजे झालं."

"गणपतरावभाऊजो काही असं पत्र लिहायचे नाहीत! त्यांनी थट्टा केली असेल त्याची समजूत घालण्याकरिता ती म्हणते,

त्याबरोबर कृष्णाराव वसकन तिच्या अंगावर येऊन म्हणतो, इकडचीं

मिळून माझ्या मद्याची यहा करून हसा, म्हणजे झालं." पडलो, तरीसुद्धा तुम्हाला वारणार हा थहुनंच मेलाय! तेव्हादेखील सारी मंडळी "अमिच्या सगळ्या जन्माची थट्टा झाली आहे. आम्ही मरून लाकूड होऊन

दुसरे दिवशी सकाळी गणपतराव डॉक्सरांकडून त्याला एक चिडी येते. तो सारा दिवस आणि रात्र काढतो.

अशा रीतीने त्रागा करीत, डोक्यात राख घालून घेत आणि बायकोला छळीत

खरे पत्र असते, त्यात डॉक्टरांनी त्याला पुढील मल्ला दिलेला असतो : माठवायच्या पर्याची अदलाबदल झालेली असते. कृष्णपावाला उद्देशून लिहिलेले ज कृष्णरावाबरोबरच त्यांनी दुसऱ्या एका रोग्थाला तपासलेले असते. गडबडीत त्या दोघांना

जा. म्हणजे आपल्या मूखेपणाची कल्पनासुद्धा तुङ्या मनात येणार नाही. माझी 'चोगला दीन-चार वेळ सांजाबिजा खाऊन रोज दीन-चार मेल रेपेट करून येत

सगळी डिस्पेन्सरी फिऊ इच्छिणाऱ्या वेड्या पिरा, डिस्पेप्थायापाज, हा नादिष्टपणा आपण लवकर सीडा, नाहीतर आपणाला कुलाब्याकडने एक विशेष लोकांकरिता

आपण लवकर साडा, नाहातर आपणाला कुलाब्याकड्य एक विश्वा लाकामात्ता बांधलेले घर दाखवावे लागेला.' कथेची ही रचना पाहिली, म्हणजे एक गोष्ट तत्काळ लक्षात येते. आपल्याला

अाजार झाला आहे, अशी खोटी समजूत करून घेणाऱ्या एका सुशिक्षित वेड्या केर्कन घेणाऱ्या एका सुशिक्षित वेड्या केर्कन घेणाऱ्या एका सुशिक्षित वेड्या केर्कन घेणाऱ्या प्राप्त सिर्माकंनी कुठेही आहे, हो गोह हिम्माकंनी कार्मित स्वाप्त हो आहे. हो गोह हिम्माकंनी प्राप्त माहे. नावनाचा प्राप्त केर्वाच थडा-हाच कार्माच हेता अपल्या पहिल्या प्राप्त होता सुर्घ हेतू अपल्या प्राप्त प्राप्त प्राप्त सिर्माकंनी क्ष्माय होता प्राप्त सिर्माकं होता प्राप्त सिर्माकं प्राप्त केर्या कार्माचा हे प्राप्त मुख्य होता प्राप्त प्राप्त सिर्माकं कार्माचा हे प्राप्त सिर्माकं कार्माचा हिस्स माहे सिर्माकं कार्माचा हाला वाचावरणा कार्माचा होता सिर्माकं केरा होईल, अप ते होता होता प्राप्त प्राप्त केरा होता प्राप्त सिर्मा अपल्या केरा होता प्राप्त केरा होता प्राप्त सिर्मा अपल्या आहे. या वेदाची प्राप्ता कर्मा कार्माकं सिर्मा सामाचा अपल्या आहे. स्थान वेदा सामाचा आहे. या वेदाची प्राप्त कराच कार्माकंचा आहे. स्थान या विकासाला आवर कराच वाने स्थान सामाचा व प्रांचा अहलावदलीचा उपयोग कराम कराच वाने प्रांचा व प्रांचा उपयोग उपयोग कराम वेतला आहे.

विक्रिकेच्या अध्यावत तंत्राशी परिचित असलेल्या कुशल लेखकिक है। गोष्ठ किकाके मुक्केच्या अस्थावत तंत्राशी परिचित असलेल्या कुशल लेखकाकी सुधारणा करू तिर्जी, तर ती त्यात चार-दोन किरकोळ फेरबदलांपलीकर्ठ कुठलीही सुधारणा काल ति नाता सुढील ही सुधारणा ते आताच सांगणात स्वाचा किरान सुखक किरान मधेच लेखक ने असल्या वाक्यांतून मधेच लेखक वे कुळ ' असल्या वाक्यांतून मधेच लेखक गोष्ठित असलेला हिसती. म्हणून ती आवकालाचा कथालेखक गोष्ठित असलेला हिसती. म्हणून त्या कुष्णाताचा पाचाचा कथालाचा कथालाचा क्यांत्या सुद्धि असलेला हिस्ता आधीत के देश ताला आधीतक लेखक निःसंश्या राजा दुस्त प्राप्त काला हिस्ता आधीत कुष्णाताचा वा लेखक कुष्णाताच व गाथाबाई यांच्या संवादातून त्या किरका नाधीत काला सुप्ता तालाक केला संवादातून त्या किरका आधीत काला सुप्ता काला करका सुद्धित काला आसला व गायाचा ते यांचा नाही. १९४४ वर यांचाचा करका ताचाचा करका ताचाचाचा चरता वा सुवीची एकरूपता या कथेत साधालेली आहे. विक्र मोखना वा सुवीची एकरूपता या कथेत साधिलेली आहे. वित्र मांच्या, भावना, वातावरणा या सुवीची एकरूपता या कथेत साधिलेली आहे.

.र्तह इ.मी नत्रवाप एवं ,रिप्तर चिक्त्रज्ञम कथीर नीयड्र ।क्यिनीमी ।क्यियीर

2

मुखटणकर व य. गी. जोशी हे हिरिमाऊंच्या नंतरच्या पिडीतले लेखक. या सुखटणकर व स्वाय करा जोशी हे हिरिमाऊंच्या नंतरच्या पिडीतले लेखक. या दोन गोशिंची धंत्रहातस्या त्यांच्या भाहापुराची शिक्वाण पंतायाताच्या स्वाय स्वाय स्वाय स्वाय स्वाय स्वाय स्वाय स्वाय स्वाय नेत्य न्याय नेत्य सुखटणकर व जोशी या दोशांनीही गोश इतका अशि असेग ता वाचून पुरी व्हावी, तिच्यात पात्रे आणि प्रसंग लांच नि रुंद असावी, इतक्या केळात तो वाचून पुरी व्हावी, तिच्यात पात्रे आणि प्रसंग यांचा हिर्म संक्षेप द्यावा, इत्यादी गोशिंना अवास्तव महत्त्व देणाऱ्या तिमांचा यांचा स्वाय स्वाय केला अपत्या क्या गिशिंत जोश्यांनी तंत्राचा यथेच्छ उपहासच केला अपत्या मारित जोश्यांनी तंत्राचा यथेच्छ उपहासच केला असिर असे असुनही भहापुराची शिकवण' व 'पारिजातकाची फुले' या कथा मनाला उनहों असे असुनही 'महापुराची शिकवण' व 'पारिजातकाची फुले' या कथा मनाला चिक्ता लावतात.

स्थान मिळणे आवश्यक होते, असे कुणी म्हरले तर ते विचाराहे ठरेल. पण या बरे झाले असते. किंबहुना या कथेच्या विकासामध्ये पहिल्यापासून नदीला महत्त्वाचे कथिक पूर्वीधित सहज सांगितली गेली असती, तर कलादृष्ट्या ते अधिक मुलगाव जिला नेहमी मोठे पूर येतात, अशा एका नदीच्या काठावर वसले होते. दोन निधर्मी श्रेजाऱ्यांची शब्दचित्रे काढून सूचित होऊ शकले नसते. या गोष्टीतले मानवी जीवनाचा शार्र आहे, सहकार्य हाच मानवतेचा खरा मित्र आहे, हे सारे केवळ दृष्टीन तो आवश्यक आहे. हो कथा केवळ व्यक्तिमनाचे चित्रण करणारी नाही. गोधीना पूर्वीर्ध या सीनूबाळाच्या लीलांतच खचे झाला आहे. पण कश्रेच्या विकासाच्या ज्याच्या त्याच्या कानीकपाळी ओरडून सांगू लागतो, असे लेखकाने दाखिविले आहे. वर्षांचा हिंदुशमीभिमानी नातू सीनू आपल्या आजोळी येतो व हिंदुशमीचा दिव्य संदेश उभारणयासारखेच झाले असते. तसे होऊ नमें, म्हणून मांतुशणौना सतरा-अदरा मळक मुद्यावाया हे पिहीली किक घावायाक केया विद्या है , कि प्रायाचून केव्य गिगठी जिड़ीए जिड़िल मांबेड्स मांड प्राप्ताच्या या दिन कुटुंबांक कार्यां नाहिली पिता हिंग . किस भाष्य पुरुषांभोवती संपूर्ण कथा गुंफण्याने क्रिनमा नामा आसी. कथेचा मुख्य हेतू आहे. पण तेवब्यासाठी सांतुशणै व पावलु या दोन कुटुंबातल्या हारात जागृत हो आणि ने एकमेकांच्या मदतीला धावून जातात, हे दाखिवणे हा क्षुरुप काणावरून मांडणाऱ्या क्षेत्र क्षमांच्या दोन श्रेताऱ्याची माणुसको मृत्यूच्या कुटुंबातल्या सर्वे मंडळींचा लेखकाने कथाविकासाला उपयोग करून घेतला आहे. क्षित्राम् । प्रिक्षा हे प्राप्ति संप्रकृति । प्राप्ति । प्राप्ति

अहि.

कशी नांदतात, याचा त्याला मोठा अचंबा वाटतो. नेहमी काही ना काही कुरकुरींनी कृष्णरावासारखी अगदी सामान्य परिस्थितीतलो गरीब माणसे इतक्या सुखासमाधानाने केव्हा ? गोष्टीत जो काही थोडी चलिबचल होते, तो वाड्याच्या मालकाच्या मनात! आहे. अशी सज्जन माणसे भेटल्यावर समरप्रसंग निर्माण होणार तरी कसा? आणि काडीचाही उपद्रव होऊ नये, अशाविषयी सदेव दक्ष असणाऱ्या स्वभावावर झालो कुटुंबातत्त्या मंडळीच्या शांत, अबोल, समाधानी आणि दुसऱ्याला आपत्याकहून म्हणता आले असते. पण या गोष्टीची उभारणीच मुळी कृष्णरावाच्या आणि त्याच्या बोलाचाली झाली असती, तर ओढूनताणून का होईना या भांडणाला समस्प्रसंग मधल्या चीकात केर टाकल्यामुळ तिची आणि दुसऱ्या एखाद्या बाहेची थोडी यांच्यात भाड्याविषयी काही घासाधीस झाली असती किंवा कृष्णारावाच्या बायकोने व त्याच्या वाड्यात सहा रूपयांची भाड्याची जागा घेऊन राहायला आलेला कृष्णपाव महत्वाचा प्रसंगच नाही. मग तिव्यात समरप्रसंग कुठून येणार? वाड्याचा मालक आपण श्रीधू लागलो तर तो श्रीध कधीच संपणार नाही. या गोधीत मुळी कुठलाही चटका लागल्यावाचून राहत नाही. फडक्यांच्या सिद्धान्ताप्रमाणे या कथेतला समस्प्रसंग फडक्यांच्या या चीकरीत ही गोष्ट बिलकूल बसत नाही. पण तो वाचल्यावर मनाला तागू पडते, हे पाहू लागले म्हणजे मन गोथळात पडल्यावाचून राहत नाही. हिन्ना क्षेत्रा क्षित्रासाधारा, प्रह्माता, फ्रह्मां हे विधान आपण या कथेला कितपत जसे प्रतित व्हावयास पाहिजेत, तसेच लघुकथेतही स्पष्ट दिसले पाहिजेत, असे प्रा. व्यक्तिदर्शनलायव, उत्केठा व विस्मय निर्माण करणथाची शक्ती हे गुण कादंबरीत भारिजातकाची फुले' ही गोष्टही अशीच आहे. 'समरप्रसंग, रचनाचातुर्य

जागा मिळल किंवा काय, याचा शोध करण्याकरिता येते. अगदी साधी सरळ रचना नाइशार नाइशान वाज्यान वाज्यान हाम हास्त्राच माहरूचा नाइशान नाइशान नाइशान माहरूचा माहरूचा नाइशान नाइशान नाइशान मुलीच्या लग्नामुळे निर्माण झालेल्या हुरहुरीच्या पुनवर्णनात पुढली दोन पाने खर्ची झाड त्याला दिसते. या झाडामुळे त्याच्या मनात उद्भवणाऱ्या विचारतरंगात व भरकत राहतो. पहारे घराकड येताना बोळाच्या कीपऱ्याशी फुललेले एक पारिजातकाच महार सात व्हावी म्हणून हा मिता राप्री कर वाजल्यापासून तीन वाजपर्यंत बाहर हे कळत नसूनही वाचक लेखकाबरोबर प्रवास करताना कंटाळत नाही. मनाची ही वर्णनातल्या काही उपमा मोठ्या मामिक आहेत; त्यामुळ आपण कुठे जात आहोत, अहि, यात शंका नाही, पण त्याचा कथेच्या मुख्य विषयाशी काही संबंध नाही. या नीप भुरमु हाष्ट्र, तिहापार गाणवस्त्रा अस्वस्थापणा जागवतो, त्या का मुरस वारा पृष्ठे वर्णन करतो. कश्रेच्या या भागात पहिलीवहिली मुलगी सासरी पाठविल्यानंतर निक्र ताच्या मनाला जी हुरहुर लागलेली आहे, तिचे तो तब्बल दोन आहे. वाड्याच्या मालकाची मुलगी लग्न होऊन नुकतीच सासरी गेलेली असते. काहीच स्वारस्य नाही. या कथेचा आरंभ एखाद्या गुजगोष्टीप्रमाणे स्वेरपणे झाला नाराजातकाची फुले' या चिंतनपर गोष्ठीला हा रचनाचातुर्याचा नियम लावण्यात प्रसंगप्रधान लघुकथेला या गुणांची आवश्यकता असते, यात मुळीच संशय नाही. वाढवून, मग ते कसे उलगडून दाखवावेत, वगैर वगैर गोष्टी या सदराखाली येतात. अवश्यक असा दुसरा गुण! आरंभ अशा तन्हेचा असावा, अखर तशा तन्हेची तंभारातुर्य हा फडक्या व्याप्यक्रिया व्याख्येपा हे पेर्गानानम्

आहे ही. उत्कंडा व विस्मय निमीण करण्याची शक्ती हा फडक्यांनी उल्लेखिलेला

नंगरल्या त्यष्ठकथेत जे गुण असले पाहिजेत, असे स्टके म्हणतात, त्यांपिकी त्यांपिकी स्टके म्हणतात, त्यांपिकी त्यांपिकी स्टके म्हण्य त्यांपिकी स्टक्त स्ट

P

मंग्रहातत्या उरलेत्या तेन गोष्टीवरून लघुकथेच्या आत्मीय गुणाची वाचकांमा पर संग्रहात स्पा संग्रहातत्या उरलेत्या तेन गोष्टीवरून लघुकथेच्या अपिक मुख्य स्पा संग्रहात अधिक स्पष्ट करनान विशालता है। श्रीमती है। श्रीमती है। श्रीमती विशालता है। श्रीमती विशालता वा दोन्ही गुणांचा तोन मिनिटांत वाचून अश्रा लोककथांचे मुख्य गुण असतात. या दोन्ही गुणांचा तोन मिनेचा वास्सा या याशित मोधी माधेचा पर्याचा प्राधित मुख्येच महत्त्व नाही. एक भटजी एका संदेशायांच्या गोधित तर कथानकाला मुख्येच महत्त्व नाही. एक भटजी एका चमीनदारांक्य गोधीत तर कथानकाला मुख्येच महत्त्व नाही. ते अपिने मोधी बागाईत उठिवते, एवहेच तिचे कथासूत्र आहे. ते वाचून कृणीही क्रामदा ताही आहेत आहेत अपिने अपिने अपिने साही गोधित स्थान करिया करणात काय असते, याची साझ आस्हाला काय साही. लिहणयासारखे लाच्या काय असते, याची साझ आस्हाला करणात नाही.

अपूर्व हदयंगमता निमाण होते. तिनिक सामव्यपिक्षा हो शक्ती अनंत परीने प्रभावी असते. तिन्यामुळच लघुकथेत असलेला हा गुण आंतरिक आहे. लेखकागणिक या गुणाचे स्वरूप बदलते, पण लागले, म्हणजे या शक्तीचा अवतार होतो. कथालेखकाला अत्यंत आवश्यक ब्रुक्स जारुन पाझर एक झाले आणि त्या संगमातून एक नवीन जीवन खळळ सहानुभूतिरूर्ण दृष्टिकोनातून तो जन्माला येते. भावना, कल्पना आणि विचार हो सर्व व्यक्तित्वातूनच निर्माण होते; जीवनाकड पाहण्याच्या उत्कर, प्रामाणिक आणि जाना मंग्ला अध्यास सम्बन्ध हो पड़ी पड़ी स्वास संस्वास अधा संस्वास अपत्याला दिसते, पूर्वी पृक् न अलिले संगीत पृकू वेऊ लागते. ही शक्ती पुस्तकी मोदर्भ निस्प्रेश म हिंदू पाखा सान्निक्षात पूर्वी न दिसलेले मोंदर्भ विषयातून रस पाझरू लागतात. बाह्यतः कुरूप दिसणाऱ्या गोष्टीतले अंतःसीदर्भ व्यक्तिसंपत्र कथालेखक तसाच असतो. त्याच्या जादूच्या स्पर्शाने रूक्ष भासणाऱ्या ज्या ज्या पदार्थीला हात लावतो, तो तो लाचा स्पर्थ होताच सीनेरी बनतो. आपल्याला येते. 'हात लावला, की मीने' या अद्भुत कथेत एक राजा आहे. ती विशिष्ट दृष्टिकोनातून आपण त्या वस्तूकडे अथवा घरनेकडे पाहू लागल्यावरच चित्रवेधक असेल असे वारत नाही, ती किती काव्यपूर्ण असू शकते याची कल्पना कथालेखकाच्या कलेच्या कसोटीची हीच जागा आहे. सामान्य माणसाला जो गोष्ट

मूलभूत भावनेचे उत्कर चित्रण करण्यात आणि ती भावना उदात वारावी, इतक्या पाहून भटजीला लाभतो. अमूर्तीला मूर्तीचे स्वरूप देण्यात, जीवनातल्या एका अनंद वारतो, तो पडीक जमिनीत उभ्या राहिलल्या केळी, पोफळी आणि नारळी आपले कष्ट सफळ होऊन मुलगा कर्तवगार झाला को, आईबापांच्या मनाला जो जसा राग यावा तसा जमीन पडीक टाकणाऱ्या लोकांचा नायकाला तिरकारा वारतो. प्रतिबिबित झाली आहे. एखाधा मुलाने कृतघ्नपणाने आईची हथगय केलेली पाहून न या एकाच जाणिवेने! त्यामुळ भरजोच्या साऱ्या भाषणात काव्याची मोहकता भरजींचे मन घडविलेले आहे. लेखकाने या कथेतला शब्द न् शब्द लिहिला आहे, सुखरूप आणून सोडणाऱ्या मातेच्या त्यागाने आणि वात्सत्याने या गोष्टीतत्या नारणाऱ्या आणा प्राणांतिक वेदना सीसून त्या चैतन्ययुक्त गोळ्याला जगात साम श्रेतीवाडी ही त्याची कलाकृती आहे. नऊ महिने पोटातल्या गोळ्याचा भार तपस्वी आहे. त्याची बागाइंत ही त्याची तपस्या आहे. तो खराखुरा कलावंत आहे. समस्स होऊन त्थाचे मन या कश्चेत चित्रित केले आहे. या गोष्टीतला भटजी हा एक एक खेडवळ, पण उत्कर जीव दृष्टीला पडल्याबरीबर लेखकाने त्याच्या अंतरंगाशी जमिनीला प्राणापिक्षाही प्यार मानणारा, तिन्यापुढे जगातले सर्व वैभव तुच्छ लेखणारा .ज्ञाह अशोर माजना वास्ता हो गोष्ट अशोर लेखकाच्या व्यक्तित्वा अहिं.

कौशुल्याने रंगविणयात सरदेसायांनी या गोष्टीत निःसंशय यथा मिळविले आहे. तिब्यातन होणारे जीवनाचे दर्शन नसते मोहकच नाही: तर ते प्रेरकही आहे.

जिल्हातून होगारे जीवनाचे दशीन नुसर्त मोहकच नाही; रार ते प्रेरकही आहे. नाइल प्राप्त नानाम फिल्ह्य फांड्रांशफ़्ट्रिंग द्वांग होगार नाहान प्राप्त नानान प्राप्त होंड्या अध्याप्त प्रमास्य

आहे. पण तिनी परिणामकारकताही तिच्या लांबी-हंदीवर किंवा अशान प्रकारमा कठल्याही बाह्य गोष्टीवर अवलंबून नाही. ती आधुनिक लघुकशेच्या तंत्रात अगदी पूर्णपणे बसेल, अशी गोष्ट आहे, यात शंका नाही. पण तो कहि तिचा मुख्य गुण

न्यः. क्लेटन हॅमिल्टन या एका अमेरिकन टीकाकाराने लघुकथेची व्याख्या पुढे हिन्सानाम

दिल्याप्रमाणे केली आहे: 'The aim of a short is to produce a single narrative effect

with the greatest economy of means, that is consistent with the utmost emphasis.' या व्याख्येमध्ये लघुकथेने मनावर एक उत्कट परिणाम किंवा संस्कार

माणसाच्या सान्त्विक मनाचे सर्वे नाजूक थागेदोरे वाचकाला परिचित करून देण्यावर व्हावा, म्हणून चोरधड्यांनी कृत्रिम प्रसंगांचा मुळीच आश्रय केलेला नाही. त्या उदातता वाचकाला प्रतीत व्हावो हाच या लघुकथेचा मुख्य हेतू आहे. तो साध्य अत्र खाऊ नये, असे त्याला मनःपूर्वक वारते. त्याच्या या सरळ, निमेळ अंतःकरणातली तत्वज्ञान उच्च आहे. या तत्वज्ञानावर त्याची उत्कर श्रद्धा आहे. माणसाने मेलेले आर्थिकदृष्ट्या अगदी खालच्या पायरीवर उभा आहे; पण त्याचे जीवनविषयक पण लाचार नाही. तो अशिक्षित आहे; पण सुसंस्कृत आहे. विषम समाजरचनेमुळ दानाचा स्वीकार करणे त्या दिरिंद्री मनुष्याच्या अगदी जिवावर येते. तो निर्धन आहे; त्याला आपल्या डब्यातले फराळाचे पदार्थ देऊ करतो, पेसे देऊ लागतो; पण या घटना घडत नाही. हा गरीब प्रवासी दोन दिवसांचा उपाशी असतो. कथेतला मी मिलक जीव! या गोधीत जिला प्रसंग म्हणता बेहेल, अशी कुठलीही नाट्यपूर्ण मुंबईला जायला निघालेला, पैशाने गरीब; पण मनाने श्रीमंत असा एक साधाभोळा सांगणारा 'मी' आणि आगगाडीत त्याच्या डब्यात चढलेला, पोटापाठीमागे लागून जाख्येच्या कसीरीला तंतीतंत उतरते. या कथेत पात्रे अवधी दोनच आहेत. गोष्ट ाष्ट्र बर्गाः हि 'पिण्य म्यमुद्रा' 'भुमुद्रा' कुण कक्र किलितागीं। भ्रमप्र' : ज्रास् रिक् प्रमञ्जा होज्य राजिए तम मह त्रीमधामाध्रीर मिरिक्टम कलात्मक लघुकथेचा एक प्रमुख गुण आहे, या गोष्टीवरही तो भर देतो. प्रा. हा नाहा. मार्यस्पारा लेखकाने मांडता उपयोगी नाही. साधनाची कारकसर हा करावा, असे हॅमिल्टन म्हणतो. हा परिणाम साधताना स्थळ, काळ, पात्र, प्रसंग,

सिनी आपले लक्ष केहित केले आहे. त्यांच्या काव्यमय वृतीमुळे आणि कहाणीला शोभणाऱ्या शैलीमुळे त्यांचा हा जीवनदर्शनाचा प्रयत्न यशस्वी झाला आहे.

त्रिक्षेमध्ये बाह्य गोष्टिगेशा माणासाल्या मनाला अधिक महत्त्व आहे। हान लिक्केमध्ये वाह्य गिष्टिने महत्त्व आहे। हान महत्त्व आहे। हान महत्व आहे। अद्भुत क्षेत्रा प्रकास वांची कांवंबर्गह्रतकी लिक्केश तिक्केश मिक्केस विकास असिता असित हिंदि अहंभ्ये स्था सुख्यत असिता असित अहंभ्ये वांचे असीत असित असित जाल पण त्या क्षेत्र क्या मुख्यतः रंजक असतात, प्रिकास असित आण आजकाल अभिजात आणि क्षात्र त्यं के असित ति कांव्य कांव्य व्यावल्या कांव्य कांव्य वांच्य वांच्य हा कांव्य कांव्य वांच्य हिंदि अस्त अपित अपित आणि स्था कांव्य व्यावल्या कांव्य अपित अपित कांव्य वांच्य हिंदि कांव्य हिंदि कांव्य हिंदि कांव्य कांव्य वांच्य वांच वांच्य वांच्य वांच्य वांच्य वांच्य वांच्य वांच्य वांच्य वांच्य वा

हिंगाऊ आपटयांपासून चोरघट्यांपरीतच्या सहा कथालेखकांनी मगरी लघुकथेच्या अशाप्रकारच्या विकासाला किती हातभार लावला आहे. सातवी लघुकथा रवीद्रनाथांची संग्रहावरून वाचकांना येईल, अशी मला आशा आहे. सातवी लघुकथा रवीद्रनाथांची

शकत.

आहे. परिणामकारक छोट्या कथेचा तो एक नमुना आहे. रूपककथेच्या रूपाने तो मराठीत प्रगट झाला असून, खांडेकर, कुसुमाश्रज, काणेकर, शशांक प्रभृति लेखकांनी या प्रकाराच्या प्रगतीला हातभार लावला आहे.

एकडांछ .म. घी

भूगुङ्गांक ,म्यूड्यापूर ১४-১-७

अनुक्रमणिका

१८ स्ट्रिप्सिया /१ २१८ उमिम सिनागामंट ११८ प्रचनाषी चिग्रमुडिम १४८ जिम् १४८ जिस्र चिक्सारियाम १४८ प्रमाह चिस्स

९७ \ ष्रम्रीपामस् । वांकछल

ाष्ट्राध्याम्बर्धा

परिचय

मराठीतल सर्वश्रेष्ठ कादंबरीका स्वृण्त हिंसाऊ आरम्हांचा फार मराठीतल सर्वश्रेष्ठ कार्रावा माराठीतल सर्वश्रेष्ठ कार्रावा महास्तर्भा संगी संस्था महास्तर्भा संगी असलेले विचार प्राप्त कार्रा व्याप्त कार्रा वास्तर्भा मंद वार्रा कार्रा स्वाप्त हिंसा कार्रा सर्वा वार्ष्य मंद वार्रा कार्रा सर्वा स्वाप्त स्वाप्त मंद वार्रा कार्रा स्वाप्त कार्रा स्वाप्त कार्रा कार्रा कार्र्य कार्रा कार्रा महास्तर्भ कार्रा कार्रा महास्व कार्रा कार्य कार्रा कार्

गण स्ति केड्यां कालार आहे अस् अस्ति मान स्ति काला हा एक विकास कालार आहे असे अनेक्द्र म्हर्स के असे साम वालार असि असे असे असे से किसी मान्य नाणार जाति सिसी मान्य नाणार जाति सिसी मान्य नाणार असे असे केंडिं केंडिंग क

स्तावासदा त्यान आफ्याला ताप आह का काव महणून व्यवसायक क्षांत्र का काव महणून व्यवसायक का काव महणून व्यवसायक का काव स्वांत्र स्वांत्र का काव सावासदा त्यान आफ्याला आह असे सावास्त्र असे सावास्त्र असे सावास्त्र आहण्या वाच्ये करी हैं से सावास्त्र सावास

खाल्ला, की उशाशी मेणबतीचा दिवा पाहिजेच रात्री बेरात्री धावायला! काय ही लागली अस्वस्थता व्हायला! अंगळ एखादे दुसरे भजे किंवा थालीपिठाचा तुकडा म्हणजे क्षयाचा पायाच नाही तर काय? एक घासभर अधिक जेवण झाले की, प्राध्यिष्यि हा हु ,(इ)६ शाना क्षेत्राक्ष क्षित्रा क्षेत्राचा क्षेत्र हा हिम्मे प्राध्याया , इ घाक रामांक्षीप प्रमागम पा पाता है अहि आवा या पारि र विद्वार है, मुण्म इप मरुष प्रवार केरम् पुस्विधा पर मिर्ग रहा होते होता मापन पर आईबापांना तरी काय म्हणून दोष धावा? त्यांनी का मला शक्तीच्या बाहेर अभ्यास का दगड फोडायचे? एकविसाव्या वर्षी ना माझे लग्न झाले? मग त्याबद्रल माझ्या तमन नसते झाले तर काय वाईट झाले असते? पण त्या लग्नाच्या नावाने तरी व अविचाराची फळ आता माइ्या लाडकीला भीगावी लागणार ना? त्यापेक्षा माझे गा मात्र लावून घेतला; दुसरे काही नाही आणि या माझ्या मूखेंपणाची, हावरेपणाची अभ्यास तरी माइया हातून काय करणाए? शरीराची हानी मात्र करून घेतली; नसता नसता एवडा मरेमरेतो अभ्यास केला तर काय झाले असते? असा हा फार्जोल पास झालो. पण त्यापासून फायदा तो काय झाला? छे, छे। मी फारच वाईट केले! केले मी? एवढा शिकलो, हाडांची काड केलो, अभ्यास करून परीक्षावर परीक्षा वेळ गेल्यानंतर ते म्हणाले, 'हे पाहा, आहे का माझा आता काही उपयोग? काय उठिवले असावे. आल्याबरोबर बराच वेळपर्यंत ते तसेच पदून राहिले होते. थोडा मुह्म मिर्गाचन ।।एस ।। अहम व महत्त्वाच्या अशा विचारानी काहूर क्रित कायसे करीत होत्या आणा इकड़ ग्लाह क्रिय क्राया नाम कायस अश्वन झालो आहोत. असी. कृष्णपाव ज्यावेळी घरी परत आले, त्यावेळी राधाबाइ उदास दिसत असत. त्यांस असे वारत असे की, आपण अगदी खंगलो आहोत व वकील आपल्या ऑफिसमधील एका ईझीचेअरवर बसले. अलीकड कृष्णराव अगदी 'नाही!' असे उत्तर मिळताच सकाळी फेरफटका करून आलेले कृष्णाराव

> चांगला नमुना आहे. **-**

"दामोदर, र दामोदर, पत्रबित्रे काही आली आहेत की नाहीत?"

कोल्हटकर किंवा गडकरी यांच्या अतिशय सुंदर कोटीइतकेच कृष्णरावांचे हे शेवटचे वाक्यही हास्य निर्माण करते. अगदी साध्यासुध्या घरगुती प्रसंगातून आणि सर्वसामान्य माणसाच्या वास्तव चित्रणातून हिरिभोऊंनी आपल्या उत्कृष्ट सामाजिक कादंबऱ्या निर्माण केल्या. त्यांच्या या विनोदी गोष्टीतहो तेच गुण आढळतात. हो गोष्ट हा स्वभावनिष्ठ विनोदाचा एक

आण, शेवटचा एकदा तुस्या हातचा खाऊन घेऊ दे!'

यातूनही आपणास नीर करण्यास मी आपणाकडून होईल तितके करीनच. कथीही अगदीच स्पष्टपणे आपणास लिहीत आहे. तथापि अगदी निराशच व्हावधास नको. मुढची तरतूद करण भाग आहे,' असे आपण निश्चन सांगितले म्हणूनच मी ह नन्नक प्राप्ता प्राप्ताल । अहे अहे अहे । अभूर हो । अभूर हो । डॉक्स्राने इतक्या स्पष्टपणे रोग्यास स्वतः कथी असे लिहू नये; परंतु 'जे काय खरे तुम्ही उगीच हथगय केलीत. आता आपला गेग बराच अनावर झाला आहे. कोणीही निव्यळ संशय होता तो येग खरोखरच तुम्हाला त्रास देत आहे. एवढे दिवसपर्यंत वाईट वारते की, ज्या रोगाने आपणास ग्रासले आहे असा तुम्हाला आजपर्यंत फोडले. सद्रील पत्र इंग्रजीत होते. त्याचा साराश असा होता : 'कळविण्यास फारच पत्र हातात घेतले. ते घेतत्थाबरोबर त्यांना कमेसेच वारले; परंतु त्यांनी ते एकदम भिष्ट इंगिट्या अगिद्धा मुग्निस क्रियाच अगिद्धा अगिद्धा अभिद्धा स्थावन स्थान स्थावन स्यावन स्थावन स्थावन स्थावन स्थावन स्थावन स्थावन स्थावन स्थावन स्थान स्थावन स्यावन स्थावन स्थावन स्थावन स्थावन स्थावन स्थावन स्थावन स्थावन स्था परंतु जवळ आसपास असलेल्या मनुष्यास सहजी पेकू जाण्यासारखे विचार तेथेच सात-आठ पत्रे घेऊन धावत धावत आला. अथीत कृष्णरावांना आपले आत्मगत; मग आमच्या नावानं आईबापांनी, बायकापोरांनी आणि सर्व...' इतक्यात दामोद्र जर आम्ही राहिलो तर काय, आमचा अवतार बहुतेक तिशीच्या आतच संपायचा! नाक्त जिगस क्सिस गिहि न गाणप्रधु गाष्ट्रमास सक्जेंदिवस आस्या मार्क मस करायची आमची विद्वता, आमचे शहाणाणा आणि आमचे ज्ञान! हाच जर आमचा काय होगाए? अम्ब्ही अमन्या समाजाची सुधारणा तो काय करणार! काय क्रिया हिता है । निस्तेय दिसायला। आता आमच्या हातून आमच्या देशाच हित म्रीपष्ट हमार लिगाल हमपूर्यायुक्त हिमार हे घाक छिगणार (फिक्रूप हिमार

"काय!" कृष्णराव आपल्याशीच म्हणाले, "खरोखरीच का माझा अवतार संपत्ता? गणपतरावाचीसुद्धा खात्री झाली? आता आणखी काय पाहिजे? यावरून हे उरलंच की, मत्ता अकाली हा मृत्यू यावयाचाच! पण माझी बायको! माझा बाळ्या! हाय! हाय! काय सर्वांना मी चांडाळ अगदी पोरके करून जाणार?"

कुण प्रिस्वेशक्षिय राम हे , ति लिल निक् निक्कि सिक्षि सिक्षि विकास विभाव मिल सिक्षि कि सिक्षित कामा सिक्षित कि सिक्ष्या मिल सिक्ष्य मिल सिक्ष्या मिल सिक्ष्य मिल सिक्ष्य मिल सिक्ष्य मिल सिक्ष्य मिल सिक्ष्य सिक्य सिक्य

्रिडाम् माणव मायाम

मिळू लागले, तर आता हा 'काहीतरी होत आहे, काहीतरी होत आहे' असान नात लागले, तर आता हा 'काहीतरी होत आहे, कारान नार कारान नार कारान जारा नारान जारान हथं एकदा बोलावून आणून लाजन लाजन लाजन नाहीन, नाहीत होतम स्थान आधी कर महर लंग होत नाही काहीच, नुसती मनानी कल्पना बाधते आहे. होईनाः आधी खरं म्हरलं तर होत नाही काहीच, नुसती मनानी कल्पना बाधते आहे. हुमरं काही नहीं करं, त्यातून काही होतयसं वारतां, तर त्याता उपाय नक्षते का अधिश हेगार असंच बसायचं? गणपतराव भावजी जिवापाड मेहनत करून करायला? का आपशे क्यांच वाराला होन एकदा त्यांच्याकडे. नाहीतर असं क्यांला? मी का जोषध देगार? जावं एकदा त्यांच्याकडे. नाहीतर असं क्यांला? मी स्थान का जोषध हेगार? जावं एकदा त्यांच्याकडे. नहीं को जोपस हेगारे असे म्हणून

राधाबाईंनी पद्र घेतला. त्याबरोबर कृष्णराव उसासा टाकून म्हणतात— ''झालं, गणपतराव भावजीचं

सांगणयात स्वारस्य नाही. सबब ते आताच न सांगता पुढील हिककतीकड वळू. गंभीरपणाने त्यास आपली हिककत सांगितली. त्यावेळी काय झाले ते आताच त्याने निश्चय केला व आदलेच दिवशी संध्याकाळी त्याने गणपतरावाकड जाऊन अतिशय दुसऱ्या कोणात्या तरी डॉक्टरकड जाऊन आपल्या रोगाची परीक्षा करून घ्यावी, असा एकदा विचारावे आणि त्याही वेळी नीट पाहून उत्तर दिले नाही तर त्याचा नाद सीहून वेड) झाला आहे असे म्हणे. शेवटी एकवार गणपतरावास एकटाच गाठून गंभीरपणाने गणपतराव त्याची निव्वळ थहा उदवून त्यास तुता मीनोमॅनिया (एकाच गोष्टीचे मोठ्या विश्वासाने जेव्हा कृष्णपाव आपल्या आजाराची गोष्ट काढी, तेव्हा तेव्हा पदू लागला नव्हता. मात्र गणपतराव डॉक्सरजवळ तो आपला फार स्मेही म्हणून काय होता हे ज्याचे त्यास ठाऊक. त्याचा बाह्य परिणाम कोणाच्याच नजरेस अजून तथ्यांश काही नाही असे राधाबाईस वारून त्या त्याप्रमाणे बोलत. वस्तुत: प्रकार ताक, ज़िस् मिराव त्रिमे में स्वांस वार आणि ते नुसते वारतेच आहे, त्यात काय आमाशच झाला, परवा छातीत जळजळते, तेरवा पोट फुगले, असे रोज काही केरकेर आज बरेच दिवस चालली होपी. आज काव पोटार्तुनच खुटखुटपे, उद्या ते अगदी अनावर झाले आहे व आपण त्याच्या तडाख्यातून सुरत नाही, अशी म्हणून पुन्हा त्याने दोन उसासे टाकले. कृष्णरावांची आपल्याला काही झाले असून, कोगाला? आता थोड दिवसांचा तुमचा आमचा संबंध राहिला इतकंच." असे त्यानं अतिशय काळजो घेतली म्हणून काय आमच्या नशिबी आहे ते का चुकत आहे आल्या. असी झाले. आता काय त्याचे? गणपतराव मोठा स्नेही झाला आणखी आहे अनीगों' अशा म्हणण्यानंच तर आजपयेंत हयगय होऊन या थरावर गोष्टी या 'कल्पना आहेत. कल्पना आहेत. कसला आला आहे डिस्पेप्थिया, कसले आले झालं. आणखी सगळ्यांचं झालं. अगं, नसती कल्पनाच उगीच कशी होईल? तुस्या

इतक्या निराशेचे उद्गार ऐकल्यावर त्या बायकोला काय वारले असेल याची

रिमाध कि रोक रिप्त नपूर्य मार्ग में काम उमि मिर्म करार इकाष्ट्रांश रिमास हाएन संगळांचे झालं स्थाने सालांचे झालंच सगळवांचे आलं स्थाज ते इतके मनाला लावून घेण्याजोगे नाही, असे तिच्या मनाला अधापि वारत होते. होती आणि नवऱ्याला खरोखर काही दुखणे नाही, यदाकदाचित किचित अमेल तर असे मनात येऊन तिला धसका बसला व तो एकदम रहू लागली. पण तो धीराची कल्पनाच करावी. आपण खरीखरीच नवऱ्याच्या त्या स्थितीला कारण झालो काय ?

आपत्याशीच काहीतरी मनाला लावून घेऊन बसायचं?"

म्हणता म्हणता यी आपल्यास घेता आली नाही, याबद्दल त्याला अतीनात वाईट क्त्पना क्त्पना करून लोकांनी आपणास फसविले आणि आपण काळजी घेऊ घेऊ झिजवून घेत असू. पण आज त्या गोधीचा अगदी निकाल लागल्याप्रमाणे झाले. की, खरोखरीच नुसती कल्पना असेल आणि कल्पनेनच आपण आपले श्रारेर तुमची निव्यळ कल्पना आहे—े असे म्हरले म्हणजे एखादे वेळी तरी असे वार त्यास फार वाईट वाटले. आजपर्यंत लोकांनी 'तुम्हाला काही झालं नाही हो. अगदी नेहरा अगदी उदास झाला. आजपर्यंत जे भय त्यास वारत होते ते कायम झाल्यामुळ कोणापासून तरी वाचून घेऊ असे मनात आणून आपल्याजवळ ठेवले. कृष्णारावाचा ग्रधाबाईला बिचारीला काय वाचायला येणार! पण तिने ते उचलून घेतले आणि असे म्हणून त्याने ते चुरगळून खिशात घातलेले पत्र तिच्या अंगावर टाकले. ाह्म हे माना, वाचा, वाचा, हे हे हे हे हे हिन्म. हिना हो गाना किख्क कार्या, उन्हों है घालवला. ते काही नाही. आता त्याचा नाद सोडून देऊन आपलं दुसऱ्या एखाधा अपि ओषधाने पेसे येणार नाहीत या भयानेच याने आजपर्यंत सगळा प्रकार थहेवारी वारते. कसले हे स्नेहो न् कसले काय? मला वारते, फी मिळणार नाही या भयाने तुम्ही त्याची काळजी घेतली नाहीत.' पुन्हा गुलामाचं तोडसुद्धा पाहू नये असं मला तिन्हाइतासारखं लिहितो को, 'तुमचं दुखणं आता अनावर झालं आहे. पहिल्यापासून म्यानिआ?े असे म्हणून मंडळीस हसवावं म्हणजे झाले. अन् मला एखाद्या ली! मि. डिस्पेप्शिया! कसं काव आहे तुमचं पोट? कसा काव आहे तुमचा मी आणाखी काही बोललो की टर करावी. क्लबात मंडळींत गेलो को, मला 'ओ! घालवू नको बरें। पण छे! त्यानं इथं यावं, तुस्यादेखत थट्टा करावो! तू हसावंस, प्रथम माइया मनात घांका आल्या दिवसापासून त्याला सांगती आहे को, धंधावारी की, गणपतरावाला विचारलंन् सगळं झालं म्हणून? मोठे आमचे स्नेही ते. पहिल्या कृष्णराव त्रासून म्हणती, "काथ त्रास आहे बुवा? मी आता तुला सांगितलं ना

नवऱ्याचे दुखणे खरीखरीच अनावर झाले आहे असे जर खनित असेल तर

ह । इंद्रधर्मेख

नारले.

नीर वाचल नसेल. मी म्हणते जर खरीखरीच तसं काही काळजो करण्यासारखं द्यावे या हेतूने ती त्यास म्हणते, ''काहीतरी थड्डेने लिहिलं असेल गणपतप्रवांनी बरं. वेऊ असा तिने आपत्या मनात विचार केला आणि नवऱ्याच्या मनास काही समाधान कणाकडून नीर वाचून घेऊन मुकारशाण नाइराज माम निकाल करून मनाला हाय घेऊन बसायने. आणाखी त्याने असे लिहिले कसे? पत्र आणण इकडला स्वभाव ठाऊक को, दुखणे एकपर असले तर श्रेभरपर वारून रिकाम्या लिहिणार नाही. पण खरे असले तरी गणपतरावाने असे लिहाने की काय ? त्याला खरोखरीच गागपतरावान आएल्या पत्राप किहिले असल्यास गागपतराव काही उगोच तसे तर काही दिसेना. तेव्हा ती मोठ्या बुचकळ्यात पडली. नवरा म्हणतो त्याप्रमाणे होऊन अगदी निराश होण्याचोगे काहीतरी चिन्ह दिसते आहे की काय हे पाहावे. पण अश्रुपूर्ण नेत्रांनी तीनतीनदा आपल्या नवऱ्याकड पाहिले. हेतू हा को, दुखणे अनावर ओषधे करू दिली नाहीत, याबद्दल तिलाही फार वाइंट वाटले. तिने आपल्या लाचा दोष आपत्या माथी येतो, आपण खरोखरीच विनाकारण थहा करून त्यास

"पुरे. पुरे. मला की नाही या असल्या बोलण्याचा फार संताप येतो. आता घेऊन बसायचे, म्हणून त्यांनी काहीतरी लिहिलं असेल झालं. दुसरं काय?" उसते तर त्यांनी आपण म्हणता असं कथी लिहिलं नसतं. आपण नेहमी तेच तेच

इतका अनावर झाला आहे. तेव्हा आता त्याला काय म्हणावं?" वकचकीत त्याने लिहिलं आहे की, आजपर्यंत तुम्ही हथगय केली त्यामुळे हा येग मी आजपर्यंत हथगय केल्याचा दोष माइ्या माथी मारला आहे, याबद्दल होय. आहे औ, स्थिती वाईट आहे. मग काय आता? मला चमत्कार वाहतो तो, त्यांनं उरलेले दिवस काढू दे. मला प्रत्यक्ष भोगांवं लागत आहे. त्यानं स्पष्टपणानं लिहिलं उगीच माझे थोडे दिवस राहिल आहेत त्यात संतापवू नको. आपलं सुखासमाधानानं

निसंक एए .ंबरं. ,रिडम् निता नापार जानम भिर ,रिह्याए रिन इस्पीकड्ड मन इतके म्हणून त्याने पुन्हा उसासा टाकला. काहीतरी दुसरा विषय काहून यांचे

ं.ड्रास्ट बदलल्यानं काही कमी नाही बरं वारत. तिकडची हवा आणखी कायशी चांगलीही बोलावले आहे तिकड चार दिवस हवा बदलायला तरी जाऊ म्हणजे बरे वाटेल. हवा

"हे काय असलं बोलावं ? मी अगदी खिचत सांगते को, काहीतरी चूक झाली एकदाच हवा बदलेल म्हणजे झाले!"

"चांगली न् वाईर. आता सगळीकडे सारखीच हवा आहे आम्हाला. आता

आहे. नाहीतर गैरसमज झाला आहे. गणपतराव भावजी काही असं ल्याहाथचे

"तर! तर! थड्डा केली असेल!" कृष्णाराव वसकन अंगावर येऊन म्हणतो, नाहीत. नाहीतर त्यांनी थट्टा केली असेल."

नंद्राप रुति।रु मुद्राप हम मिाएणस्माइ ^{(,} वि गागंस उिन हे ब्रास्ट हास्ट नाष्ट्र निम् मह्नाघ उत्ति क्या हए हे , ।।।एएस्मार्भे क्रांच ने मह्नाय क्रांच क्या हि मह्नाय क्षा है ।।। इक्किय गिर्मान प्रमान क्षित्र क्ष्मिय क्ष्मिय क्ष्मिय क्ष्मिया प्रमान कि झालेला हुंदका आता बाहर पडेल, या भयाने एकदम तेथून निधून चालती झाली. जेडातून शब्द काढले असे वारून ग्रथाबाई अतोनात पस्तावली आणि तिला अनावर मुष्णाराव हे सर्व शब्द इतक्या संतापाने बोलला, को आपण कोणीकडून "!हंगा मह्या मह्या यहा करून हमा म्हणम् त्रीसुद्धा तुम्हाला वारणार हा थट्टेनंच मेला आहे. तेव्हादेखील सारी मंडळी मिळून "आमच्या सगळ्या जन्माची थट्टा झाली आहे. आम्ही मरून लाकूड होऊन पडलो

प्कदाची सरली आणि सकाळ झाली. त्याबरोबर तिने ''मी आता स्वतः गणपतराव श्रेकण्यापयंत पाळी आणावी! राधाबाइस बिचारीस ती रात्र सरता सरेना. शेवटी लाने दाखिवले म्हणजे भेन वाईट आहे, जुन हाल आहे, असे तर्ग म्हणावे किंवा म्हणून थर्मामीटर (ज्वरमापक) लावावे. दहा-बारा मिनिट लावावे. ज्वर नाही असे असंच. चांगला माझ्या हाताला लागते आहे तुस्या हाताला लागत नाही?'' अस नाही, अगदी गार आहे" म्हरले म्हणजे एखादा वेळ तिच्या अंगावर येऊन ''तुझं हिक्त'' निता णीष्ट रितापीप्त प्राप्याप मूला ताबून पालाप्स प्राप्तिकी नाष्ट्र मुणुम सिंह ''.(ति ज्ञाह कमते यात बरं, नाप कितपत आहे ति?'' असे म्हणून त्या बिचाऱ्या बायकोस असे झाले की, ही रात्र उत्तरून एखाधा चांगल्या डॉक्स्याकरून गाहिले असेल. आपल्याला श्वास लागला आहे असे तर कितीक वेळा त्यास वारले. अमेल, सत्तावीसदा त्याने आपल्याला ताप आहे की काय म्हणून ज्वरमापक लाबून तुमचा रोग अनावर झाला आहे. मग काय विचारता? पंचवीसदा तो बहिदिशेस गेला ,कि रिप्ताना युप्प सिर नाउनाँड हिस्त एकामानानाना जाप जाए ।गीरि किक समाधानाच्या गोष्टी सांगून पाहिल्या; परंतु कृष्णरावाचे समाधान होईना. आधीच तो सीय नाही. सगळ्या रात्रीत एक क्षणभरसुद्धा त्याला झीप नाही. अंथरुणावर पडे, सीयच नाही. तो आता अगदी इतका हातपाय गाळून बसला को, काही बोलायची काय, हेच तिला समजेना. नवऱ्याजवळ या आपल्या शंका उच्चारून दाखविण्याची ाग्रक मार्थित हो हो हो ने ने से से से से से मार्थ कि मार्थ में आणि लिहिण्याचे प्रयोजन काय? दिवसातून एखादी दुसरी तरी खेप व्हायची, झाली असावी. खरे असले तरी गणपतराव इतक्या निधून कथीयुद्धा लिहिणार नाही वारेना. तिला असे वारे की, काहीतरी यात थहा तरी असावी किंवा काही चूक मजकूर सांगितला. तो नवऱ्याने सांगितल्याप्रमाणेच होता. तथापि तो तिला बरोबर

लांची गाडी वाजली असेल नसेल तोच कृष्णराव राधाबाईला स्व्णतात, ''या डॉक्टरांना काहीमुद्धा समजत नाही. हे आमच्या गावातले मोठे धन्वंतरी. आणखी डॉक्टरांना काहीमुद्धा समजत नाही. हे आमच्या गावातले मोगचं. काही अर्थ नाही यांनी इतक्या निष्काळजीपणानं तपासून काही नाही म्हणून आया झालं.'' पण राधाबाईला त्या डॉक्टरांच्या बोलपथने देखणं दुखणं म्हणून काला.

म्हि कप्र ताक्ष महास हि .िल्डिल पि नाय स्पान प्राप्त सम् अप स्पान प्रक दोन काय म्हणावं? कसला स्मेही दगडाचा? सगळा पैसा! लेका, फी घे. नको कोणी "अशा प्रसंगी आपण स्वतः येण्याचं टाकून चिट्ट्या पाठवतो आहे, आता याला कीणी माणूस चिट्ठी घेऊन आला. ती चिट्ठी आत कृष्णपावाच्या हातात येताच म्ड्रेक) क्यायमं रे अलाचाली हो अहि विह्याचार्य हो अधि विप्रमान हो अधि विद्युप

: ित्र । विश्वास्त्रा पहिली अशी होती

, हिमी हिसी

खाण्याकरिता आणि डिस्पेप्शियाची काल्पनिक रङगाणी ऐकण्यासाठी येतो. जेवायला मागितली असती. दुपारी तू घरी नसशीलच. तेव्हा संध्याकाळी तुंख्या शिव्या आरपण्यास बराच अवकाश लागेल. नाहीतर मी आताच तुर्थाकड येऊन क्षमा माठिविली आहे. मी ही चिट्ठी त्याच गेग्याच्या घरी लिहीत आहे. येथले काम लांनी ती मला दाखविली. तेव्हा माझी चूक माझ्या नजरेस आली. ती चिट्ठी सीबत तुस्याकड आली. आज रीजी सकाळी मी त्यास पाहण्यासाठी म्हणून गेली तेव्हा जिहिलेली चिडी दुसऱ्याच एका गेग्याच्या पाकिरात जाऊन त्याच्यासाठी लिहिलेली माइया हातून काल एक मोठी गाढवासारखी चूक झाली. तुला पाठविण्यासाठी

रहिण्याच्याच बेताने येईन.

—हमी ाग्रिमस् प्राप्ति

गणपति,

दुसरी चिट्ठी होती तो अशी.

तू भलतेच काही डोक्यात घेऊन बसला आहेस, याला आता म्हणावं तरी

कुलाब्याकडचे एक विशेष लोकांकरिता बांधलेले घर दाखवावे लागेल." वेड्यापिरा- डिस्पेप्थायाराज, हा नादिष्टपणा आपण लवकर सीडा, नाहीतर आपणाला मंडळीस नसता त्रास उत्पन्न करशील. माझी सगळी दिस्पेन्सरी पिऊ इच्छिणाऱ्या तुझ्या मनात येणार नाहीत. श्रेकेशंकेनेच तू मृखेपणा करून आपल्याला व घरातल्या नव्हे हो पणा!) रोज दोन-चार मेल रपेट करून येत जा; म्हणजे असल्या कल्पनासुद्धा अहिस? चोगला दोन-चार वेळा सोजाबिजा खाऊन (मला पंक्तीला घेतल्थािशवाय झालेले नाही. रिकामे वेड काय आपल्याला लावून घेऊन नसते दुखणे उत्पन्न करतो काय? काळीय, फुफुस, लिव्हर, किडनी यापैकी एकादेखील भागाला काही

र्ठित भार हे पहिले दिवशी स्वारीचे लक्षात आले कोठे? णिमराष्ण्रज्ञीली गित्रांसि त्र्राञ्चित म्यून णिमराष्ण्रज्ञीली गिहमी घरी त्रंत्रास् निहमी दिवसाचे पत्र आणून पुन्हा एकदा वाचून पाहिले, तो खरोखरीच ते अत्यंत प्रिय ही दीनही पत्रे वाचताच स्वारीच्या मनाची जरा चलबिचल झाली. ते आदल्या

त्या श्रीरत्या डॉक्टराच्या सांगण्यां अर्थेव्ट साम इति से मा अता अगिर । स्वेत्ता साम सिक्ता साम विका से विकास अर्थित सार्याचित सार साम सिक्ता साम सिक्ता साम सिक्ता साम सिक्ता साम सिक्ता सिक्ता सिक्या अर्थित सार्याचित सिक्या अर्थित सिक्या सि

इमारि एए। मेरि

प्रिचय

: ज्ञारः असः असः असः असः प्रकाश राकावयाचे काम पहिल्या पाच ओळीतच लेखकाने चातुयोने पार मही. या पितापुत्राचा परिचय करून घायचे आणि त्यांच्या स्वभावावर आरंभच पाहा ना! वायफळ असे एक वाक्यसुद्धा त्यात कुठे आढळणार काव्यात्मक व कलापूर्ण असल्यामुळ तिची रचना रेखीव वाटते. तिचा भावनांतला विरोध हाच या लघुकथेचा आत्मा आहे. लेखकाची दृष्टी अशी त्याचा हळव्या मनाचा प्रकुलता एक आईवेगळा मुलगा! या दोघांच्या माणसे मायेवर जगतात हे विसरून गेलेला बाप व वात्सल्याला मुकलेला किला आहे ते पाहण्याजोगे आहे. पेशांच्या पाठीमागे पळत सुरल्यामुळ गिर्धीनी या लघुकथेतत्या करुणरसाचा काव्यातत्याप्रमाणेच कसा उत्कव जिल्हा कि कि है। इस है। हो है कि को सिक्क है कि आणि लहान सूचक वाक्यांनी वेधक वाटणारी भाषाशैली, अगदी किलेला परिपोष स्था भावनेच्या सींद्रथित भर घालाल अश्री कमिल शब्दांनी लेखक 'दिवाकर कृष्ण' हे एक आहेत. एकाच भावनेचा मोठ्या हब्बुवारपणाने पंचवीस वर्षापूर्वी उदयाला आलेल्या विरळ कलावंतापेकी या कथेचे - इंग्लीन मराठी वाङ्मयात प्रथमतः सिद्ध करून दाखविले अशा वीस-, इंग्रह स्पाम प्रास गिर्हिकोक किती भिष्ठ गए गलक , जिंग गिणड़क कर्क ि लघुकथा अनेक दृष्टींनी अभ्यासनीय आहे. लघुकथा हो नुसती गोष्ट नाहो. एका बाळजीवाचे दुःख मोठ्या नाजूक कलमाने चित्रित करणारी हो

''पोपट, आत जाऊ तका बरं? भाई रागावतील!'' शुर मानूभाई थांच्या घरापुढील अंगणात एक सहा वर्षाचा बालक हातात लाकडाचा एक हिरवा पोपट घेऊन उभा होता. ऑफसमध्ये भाईपाहेब आपल्या दोन कारकुनांबरोबर लांब लांब कागद घेऊन काथसे स्थाति होते. डाव्या बाजूच्या दरवाजातून एक गतधवा तरणी त्या होते. त्यांन्या समजुतोप्रमाणे आपुत्यात अवत्यी होती. त्यांच्या समजुतोप्रमाणे आपत्या बारडोलीचे नावदेखील विसरले. नानुभाइंचे वडील आमरण एका पेढीवर कारकून नारडोलीस झाला होता. विडलांच्या नोक्रीमुळ ते जे एकदा मुंबईला आले, ते

नानुभाई हे मुंबईच्या दलालाच्या धंशात एक निष्णात गृहस्थ होते. त्यांचा जन्म चढावथाला चार पायऱ्या होत्या.

होते. त्या अंगणाला गुळगुळीत शहाबादी दगडाची फरशी केलेली असून, फाटकातच पिसऱ्या बाजूने मितीचा सुमारे एक पुरुषभर कठडा असून, मध्ये त्याला एक फाटक व तित्रि भिर त्रापर जिपनती निर्हेग किन्द्र फ्लाब्ज, त्रपूर, राज्यान द्रमारत उभी होती व साली विकत घेतला. या बंगल्याचा एक विशेष हा होता को, त्याच्यापुढे एक

मुंबईतील गिरगाव बेंकरोडवरील एक बंगला भाईसाहेबांनी स्वतःकरिता १९०८ दरवाजातून एक गतथवा तरुणी त्या बालकाला हा मनाई हुकूम सोडीत होती. नायुक्ता बाजुच्या बाज भार हे अभ्य भारत वसले होते. डाव्या बाजुच्या लाकडाचा एक हिरवा गीपट घेऊन उभा होता. ऑफिसमध्ये भाईसाहेब आपल्या दोन शेठ नानुभाई यांच्या घरापुढील अंगणात एक सहा वर्षांचा बालक हातात

"(पोपर, आत जाऊ नको बर्?) भाई रागावतील!"

,,—2h/h,,

होती. म्युनिसिपल शाळेतील मुलांनी फाटकासमीर उभे राहून हाक दिलो, संध्याकाळ झाली होती. रस्त्यातून मोटारोंची जा-ये सतत चालली

अहि? पीपर उडून गेला.

होतो. भाइसाहब हातावर डोक ठेवून बसले होते. माइसाहब हातावर डोक ठेवून बसले होते. पिनरा गेलरीत टांगला होता. सगळ्या घरात उदास होते. नमेदा रडत

'लाकडाचा हिरवा पोपट झोपाळ्यावर पडला होता. पितळेचा रिकामा —5∏E

र्क भिर ने किया ने में हैं ने जातों. त्यानंतर ने वर्णन ने असे केल क्रमू क्रिमुक्षिम मिमस्-ठुमी .ठातमस् र्राजना ग्रह्मा अस्ति हा जास नाहो. पेशांच्या व्यवहारात, मोठमोठ्या उलाढालोत त्याच्या पित्याचे मन मांडीवर डोके ठेवण्यासाठी पोपराला ते सुख काही केल्या मिळू शकत सहवासासाठी, त्याच्या वात्सत्ययुक्त हस्तस्पशासाठी, आजारात त्याच्या क्ररण्याचे लेखकाचे कसव डोळ्यांत भरत्यावाचून राहत नाहो. बापाच्या

बालकाला हा मनाई हुकूम सोडीत होतो.

निर्फत र प्रिप्त ,रिप्राञ्च प्रिप्तायन भ्रमुगान्न प्रकार प्रस्य किया स्थापन स्यापन स्थापन स्यापन स्थापन स् हे खास, पण दुसऱ्या कशामुळ तेही सांगता येत नाही. पण बायकामुलांना घरातत्त्या एक पुत्ररत्न झाले. पण सर्व संसारात त्यांची वृत्ती अनासक्त होती. वेराग्यामुळ नव्हे माहित्यामुळ निर्मा विश्वेष प्रकारामुळ व्यामा बनती होती. कहि वर्षांनी त्यांना संपार सुरू झाला. भाईसाहेबांची मनीवृती—लोक म्हणतात, आजन्म मुंबईत जिकत हेन हेन वर मांगितलेले घर होव. अशा रीतीने १००८ माली भाइंसाहेबांचा मामपाज .र्हा रेकित मांचित स्मिमपी स्थापित होते. त्याप्रमाण जातीच्या एका कुलीन वश्रूबरोबर त्यांचा विवाह लावून दिला होता. गिरगावात एक

भाईमाहेबांनी पत्नीच्या—त्यांन नाव माइया लक्षात नाही. लोक त्यांना 'बाई' .र्फ्ट हाम इक्प्र , फ्रेंक्रेन

स्वतःच्या मुलालादेखील त्यांनी कथी उचलून घेतले नाही. खुंह गेग्याजवळ त्याच्या आजाराची प्रत्यक्ष चौकशी त्यांनी कधीच केली नाही. स्थनता होती. घरात कोणी आजारी पडले तर ते डॉक्स्शला बोलावण्यास सांगत. कि अपत्या नजरेखाली कसून करीत व त्याचे फल म्हण्य प्राचित वाहती उशिराने निजावयाला भाईसाहेब डाव्या बाजूच्या इमारतीत येत. पेढीचे सर्व काम ते करवीत. एकदा स्नानाला, दोनदा चहा-फराळाला, दोनदा जेवणाला व रात्री फार माने हो, 'बाई' क्षेत्र ते देत. नेकराचाकराकरित हो भिर्म टाकारी होती. भाईसाहेबांना त्यांचा स्वतःचा व्यवसायच पुरेसा होई. महिन्याकाठी म्हणत. हे त्यांचे माहरचे नाव होते एवढे मला आठवते—अंगावर सर्व जबाबदारी

घरातल्या मंडळीचा आवडता प्रोपर अंगणात खेळत होता. नर्मदामावशीनी त्याला त्याचा आवडता पीपर रांगला होता. त्याच्या हातात लाकडी हिरवा पीपर होता. अपल्या लाडक्या मुलाचे नाव बाईंनी पोपर असे ठेवले होते. छोटा पोपरलाल

"—अपि", 'पोपराला जाता थेता हाक मारीत, "पोपर—" कशिधाचा एक पोपर काढून दिला होता. म्युनिसिपल शाळतील ओळखीची मुले

.मिर तडागाइ पिएहंक्स ,पिएइख्टास्ट असे. माराला फारकाच्या बाहेर जाण्याची बंदी होती. अंगणाच्या आकृचित क्षेत्रात

बसले. त्यांना यावथाला एक मिनिट उशीर लागला. इहलोक सीदून जाताना बाहैनी भाइसाहबांना दुखणाइताजवळ बसणे आवडत नसे. ते आपल्या खोलीत जाऊन अगदी समोर, पण पतीचे दशीन न घेता बाईंनी इहलोकचा संसार संपविला. लांना अकाली प्रमूती होऊन त्यांचे दुखणे विकोपास गेले. मुंबईच्या सर्व डॉक्टरांच्या १८१ सालच्या इन्म्लुएंझामध्येच बाईंचा प्रमूतिकाल दुरैवाने आला. तापामुळ

नमेदेला पोपटाला सांभाळण्यास सांगितले. बाई कायमच्या गेल्या. नमेदेला रहता

रडू कोसळे! नमेदा त्यानंतर लवकरच आपल्या घरी गेली. तीन महिन्यांनी नमेदा परत

आली. जिन्सा कपाळी कुंकू नव्हते. आल्याबयोबर पोपटने विचारले, ''नमेदामावशी कुंकू लावण्यास विसरलीस होय?'' नमेदेम्या नेत्रासम्म सूर्य फिल्ल् लागले. नमेदेम्या सासरची सर्व माणसे साथीत संपली. निराधार नमेदेला थाईसाहेबांनी आपल्या घरी आपरशी, नमेदेशी, इतरांशी वागायूक अगदी पूर्वीसारखी होता. नमेदेला एकच प्रपटशी, नमेदेशी, इतरांशी वागायूक अगदी पूर्वीसारखी होता. नमेदेला एकच साथर होता. उत्तर करमणूक होता. तो पोपटला जिवामावान नम सम्बन्धा स्थान

आहें 'माय मर्सा, पण मावशी जगो.' पोपरला भाईसाहेबांच्या ऑफिसात जाण्याची इच्छा होती. त्यांना तो आपला

हिरवा लाकडी प्रेपट दाखिषणार होता. भाईसाहेब कामात गुंतले होते. महत्वाचे करमात गुंतले होते. महत्वाचे करमते कागद चाळून कारकुनांना ते सांगत होते. अशावेळी त्याला कसचा वाव मिळतो? अध्यी तासापासून पोपट ऑफसच्या दरवाजासमोर उभा होता. त्याला वात होते, आता नाही मग भाईसाहेब आपल्याला आत बोलावतील. मग आपणा वार होते, आता नाही मग भाईसाहेब आपल्याला आत बोलावतील. मग आपणा ताहेम हेते.

क्शालाशी बाहेर आली. आरंभी सोगितलेली प्रेमाची मनाई तिची होती. लंगा क्यां माहे कामा अहित होष? रायं के काम केव्हा संपेल? त्यांना

बाजारातून पोपराला डाह्नि आणायला सांगणार आहे!"

...मंध्याकाका भाई जेवायला आले म्हणजे सांग वरं त्यांनाः"

फडफड असा आवाज झाला. पितळेच्या पिंजऱ्यातल्या पोपराने पंख झाढले. ''मावशी, आज पोपराला डाळ का नाही दिली गं?'' पोपर पिंजऱ्यातल्या

वारात पाहून म्हणाला. ''स्वतःला पाहिजे म्हणून पोपराची इतकी काळजी चालली आहे.''

नमेदेला १९१८ व्या चैत्रातली आठवण झाली. हळदीकुंकवाकितता भिजवलेली डाळ चित्र आपता पोपटच खात असे. डाळ पिंजऱ्यातल्या पोपटाला हेण्याच्या मिषाने अंगणातला पोपटच खात असे. कितीदा तरी नमेदेने पोपटाला आपल्या चिमुकल्या हाताने सर्वांची नमर चुकवून डाळीचा बोकणा भरताना पकडले होते. पोपटला आच दुपारी बाळवाटी भिजलेल्या डाळीचो मिळला. शृंजारचा बेनशी

अहित!"

''नाहो बाळ, रागवायला काय झाले?'' ''होय आणा तूपण माइयावर रागावली आहेस. सगळे लोक माइयावर रागावले

साला अनेकदा ताप आला होता, पण आज नमेदेला विनाकारण हुरहुर वार्ट लागली. पोपरला दुसऱ्या मजल्यावरत्या रस्त्याकडल्या खोलीत निजविले होते. साला आज फोनोग्राफने गाणे ऐकावयाची इच्छा होती. नमेदा त्याच्याकरिता रेकोंड लावीत होती. मधेच पोपरने विचारले, "माई माझ्यावर गागवले आहेत का गं?"

होऊन बोलावयाचे नाही असा निश्चय केला होता. एका रात्री पोपटला ताप भरला. नमेदेला कसेसेच वाटू लागले. आजपर्यंत

ऑफिसमध्ये गेले आणि बरोबर आलेल्या गृहस्थाशी दोन तास खलबत करीत बसले. बऱ्याच मोठ्या रकमेचे एक प्रकरण अंगावर आल्यामुळे नानुभाई अगदी अस्वस्थ झाले होते. त्यांना पुढे चार दिवस एका क्षणाचीही फुरसत मिळाली नाही. सारखे मोटारीतून खेटे घालीत होते. पाचव्या दिवशी पोपरच्या लाकडी पोपराची मारखे मोटारीतून खेटे घालीत होते. पाचव्या दिवशी पोपरच्या लाकडी पोपराची मारखे मोटारीतून खेटे घाली नाही. पापराला आला होता. त्याने भाईशी आपण

पोपर आणाला आहे." भाई पोपरशी बोलले नाहीत. एक अक्षरही न बोलता ते तडक आपल्या

करण्याकरिता बाहेर गेला. त्या रात्री भाई परत आले नाहीत. दुसऱ्या दिवशीही आले नाहीत. तिसऱ्या दिवशी सकाळी दहा वाजता भाईसाहेब आपल्या फाटकात उतरले. पोपट धावतच त्यांच्याकडे गेला. ''भाई, आधी घरात या. मला एक छानदार हिरवा

उठीव हैं; मी त्यांना माझी नवी पाटी दाखवणार आहे!'' नमेदेकडून रुकार मिळाल्यावर तो आपल्या आवडत्या लालची विचारपूस

"उद्या संध्याकाळी!" दुसऱ्या दिवशी पीपर नमेदेला म्हणाला, "यत्री भाई उशिरानं आले तरी मला

पेपटशी खेळायला आला. पिंजऱ्यातल्या पोपटशी चेपादन आवडते नाव 'लाल' असे ठेवले होते. संध्याकाळ झाली होती. रस्त्यातून मोटाएगाड्यांची जा-वे चालली होती. म्युनिसिपल शाळेतील मुलांनी फाटकासमोर उमे राहून हाक मारली, "पोपट!" होती. म्युनिसिपल शाळेतील मुलांनी फाटकासमोर उमे राहून हाक मारली आईसाहेब काम संपवून घरी येईपर्यंत पोपटची मध्यरात्र झाली.

"दुष्णो सोगितलं तुला?"

"मला आपले वारते उगीच!"

नमेदा आत गेली. पीपट खिडकोतून बाहेर पाहू लागला. बनशी इतर मुलांबरोबर

स्वतःशीच म्हणाला. त्याला आज आईची आठवण झाली. नमेदा खोलीत आली, अहित!'' प्रमाद मुद्ध गेला. ''सगळे लोक माझ्यावर रागावले अहित!'' पोपट शाळला जात होता. ''बनशो, बनशो!'' पीपटने हाक मारली. बनशीला हाक पेकू

"!क्राइ हि छिड़ि" ातला स्मिन हिमारले, ''मला आई केव्हा गं भेटल?''

नमेदा दुसरे काय उत्तर देणार? त्याची आई परत येण्याकरिता गेली नव्हती.

,,केंट्र यापास ५,, पीपर उद्ग बाहेर जाऊ लागला.

,,,भाईकड़ा,,

पाठविला, ''पोपट बोलावतो आहे.'' भाई ऑफिसात नव्हते, भाई परत आल्यावर "थांब, भाइंनाच इथं बोलावते अं!" नमेदा बाहर गेली. तिने नोकराबरोबर निरोप

"कशाला बोलावतो? त्याला म्हणावं, मध्या काम आहे, थोड्या वेळानं नोकराने निरोप कळविला.

थोड्या वेळाने भाईसाहेब यायला विसरले. पोपटचा ताप वाढतच होता. काहो ं मेड्रेष

ता बडबडत असे, "माई!— सगळ लोक माङ्यावर रागावले आहेत." प्रकृतीला सुधार म्हणून पडला नाही. तिसऱ्या दिवशी त्याला भ्रम झाला. बेशुद्धीत शाळतील मुले फाटकासमार उभी राहून पोपट म्हणून हाक देत नव्हती. पोपटच्या माथेरानला गेली. तिथे मोटारगाड्यांची सतत जा-ये नव्हती. तिथे म्युनिसिपल केल्या ताप उत्तरत नाही, असे पाहून डॉक्टरांच्या सल्ल्याने नमेदा त्याला घेऊन

आहे, एकदा येऊन जा!" नमेदेने भाईसाहेबांना लिहून कळवले, ''बाळ आपलो फार आठवण काढतो

आई अंतरली; बाप परका झाला; पोराने धास्तो खाल्लो. तो म्हणू लागला,

भाईसाहेबांनी जाण्याची दिरंगाई केली. दुसऱ्या दिवशो तार आली ''Come ,,माई। ये नाही ना माह्यावर रागावलीस?"

जवळजवळ त्याच वेळी पीपर आपल्या कुडीचा पिजरा फोडून गेला! तो पुन्हा परत उथडा टाकला. त्यातला पीपर जो एकदा उडाला तो पुन्हा सापडला नाही! पाचव्या दिवशी घरातत्त्या पितळी पिनन्याचा दरवाजा नोकरांनी निष्काळजीपणाने नाही. "सगळ लोक माझ्यावर गुगावले आहेत" हा त्याचा एकच महामंत्र होता. over at once" (एकदम निधून या). भाईसाहेब गेले. पोपटने त्यांना ओळखले

अाला नाही.

भाईसाहेब नमेदेला घेऊन परत मुंबईला आले. लाकडाचा हिरवा पोपट झोपाळ्यावर पडला होता. पितळेचा रिकामा पिंजरा गॅलरीत रांगला होता. सगळ्या घरात उदास होते. नमेदा रडत होती. भाईसाहेब हातावर डोके ठेवून बसले होते. त्यांना आपल्या र्हाक उपि. फिर्म क्षिते किसी सिक्ता सांभाळा' अशी तिनेति होती. पोपट मोप्टर्स

आहे? पीपट उडून गेला! संध्याकाळ झाली होती. रस्त्यातून मोटारींची जा-ये सतत चालली होती, म्युनिसिपल शाळतील मुलांनी फाटकासमोर उभे राहून हाक दिली, ''पोपट!''

दिवाकर कृष्ण

एहकायी हि।भूगुहम

प्रिच्य

.ज्ञारू घमम्र गणीरू नामतीर, रीपूरानेस १४७२ शेवटचा भाग कोणात्याही चित्रपट-दिग्दशकाने मोठ्या होसेने चित्रित करावा जागृत होड़ किविकान मार चांगल्या रीतीने दाखिलिल आहे. या कथेचा दुरावलेल्या या हिंदू व ख्रिस्तो कुटुबांतलो माणुसको मृत्युच्या दारात कशा दूर कशी जातात याचे या कथेतले चित्रण मार्मिक आहे. एकमेकांपासून मागसे अहंकाराला बळी पडून आणि माणुसकीकड पाठ फिरवून एकमेकांपासून गुरसमयार्येन क्रिवा झैब्बक कारणार्येन कशा उदमववाय आणा मग आहे. दोन भिन्न धर्माच्या समाजातलो भांडणे अज्ञानातून, मूर्खपणातून, साक्ष आहे. पण त्याबरोबरच तिच्यात वस्तुस्थितीचे प्रामाणिक चित्रणाही आहे. तिच्यात आशावाद आहे, उदातता आहे, मनुष्याच्या चांगुलपणाची स्फुरलेले असते. सुखडणकरांची ही गीष्ट तशी नाही हा तिचा मीठा गुण लिलत लेखक जे काही क्वचित लिहितात ते बहुधा कत्पनारम्पतेतूनच कुणी कलावंत हात घालीत नाही. हिंदू आणि मुसलमान याविषयी आपले व संग्राम असतील तर ते नाहीसे कसे होतील, अश्रा विषयाला सहसा मेह्म ताष्ट्रांफ , रिह्रीए र्लज्ञान नाराध माराध हु ६०० निर्ह्णा प्राप्त । चांगल्या सामाजिक कथा आपल्याकड लिहिल्या जातात; पण दोन भिन्न कोटुंबिक घडामोडोंवर आणि व्यक्ती विरुद्ध समाज अशा संघषेवर आधारलेल्या व्यापक व महत्त्वाचा आहे, हा तिचा दुसरा विशेष! वैथक्तिक भावनांवर, नुसपी शोभादायक न राहता सजीव झाली आहे. या कथेतला प्रश्न फार जीवन, तिथली सुखदुःखे, तिथले वातावरण, या सर्वामुळे हो पार्श्वभूमी लेखकाने उपयोग केलेला नाही हे लक्षात घेण्याजोगे आहे. गोमंतकातले हा होय. एखाद्या सुंदर चित्राची आकर्षक चौकट म्हणून या पाश्चभूमीचा त्यातला पहिला गोमंतकातल्या पार्श्वभूमीवर हो कथा लिहिली गेली आहे सुखठणकरांच्या या गोष्टीचे दोन-तोन विशेष मोठे आकर्षक आहेत.

.इन्हें क्या रंगतीत कशी भर पडली आहे, हे पाहणे मीठे मोजेचे आहे. बाध आलेला नाही. मधूनमधून आलेल्या प्रादेशिक शब्दांनी आणि वर्णनांनी नाट्यपूर्णता आणि लेखकाची समरसता यांच्यामुळे तिच्या परिणामकारतेला मेली आहे. असे असूनही विषयाची विशालता, कश्रेच्या श्रेवटच्या प्रसंगातली 'अंगणातला प्रेपर' या कश्रेसारखी हिची रचना रेखीव नाही. हिप्भाऊ

कल्पनाही केली नसती. तशात इतक्या भक्कम पायावर उभारला गेलेला या दोघा सलोखा चालत आलेला होता की, त्यामध्ये कथीकाळी बिघाड येईल, अशी कोणी तरी त्या दोघांच्याही कुटुंबामध्ये पिढ्यानुपिढ्या इतका जिव्हाळ्याचा घरोबा व गावात स्थिती होती. शिवाय सांतुशणे हा हिंदू व पावलु-द-सा हा क्रिस्ताव असला, मानुशणे व पावलु-द-मा यांच्या सल्ल्याशिवाय पान हलावयाचे नाही, अशो त्या एखाधा गावकऱ्याच्या घरी उद्भवलेली बरीवाईर कोर्डुबिक भानगड असी, तेथे गावातत्या कन्जेकफाथती असीत, भारकरा-मुणकान्यांमधील बेबनाव असोत किंवा व खानदानीची म्हणून नाणावलेली होती को कोमुनिदादीतील उलाढाली असीत, नस्ता आणि सहजिक्च आहे, त्या दोधांचीहो धराणी फुलगावात इतको अतिछित नव्हते. सबंध फुलगावात तो एक मोठाच कुतूहलाचा व विस्मयाचा विषय होऊन होऊ लागून तिला पृष्टी मिळताच तिव्यावर विश्वास ठेवण्यावाचून लोकांना गत्यंतर जिमानी प्रत्यक्ष एक दोषांच्या वेहूनच गावातल्या चव्हाट्यावर एकमेकोची नालस्ती बातमी जेव्हा बाहेर फुरली, तेव्हा प्रथम ती कोणासही खरी वारेना! पण काही सांतुशणे व पावलु-द-सा या दोघा श्रेजाऱ्यांमध्ये उत्पन्न झालेल्या बखेडचाची

हि नारु का आयोळ केन दोन-नार दिवस झाले नाहीत, तोच त्याने हि सांतुशणेचा नातू सीनू हा या भोडणाचे मूळ! केवळ सीळा-सतरा वर्षाचा श्रेयान्यांमधील स्नेह ढासळण्यास कारण झालेली गोष्ट तरी किती क्षुल्लक!

पण एका अथी सीनू म्हणजे काही सामान्य व्यक्ती नव्हती. त्याचे घर एवडी आग परवली!

स्थानिक सभा व व्याख्यानांमधून अनुमोदक, सूचक व आभारक होण्याचा मानही त्याला लाभली होतो. इतकेच नव्हे, तर अलीकड शहरात भरणाऱ्या बऱ्याच झालेल्या शहरातील तरुण मुलांचा तो एक उत्तम नमुना होता. लागोपाठ स्थापन प्राप्त भारत अधेकल नाम काया कावल जाकन अकालपाडित्य प्राप्त वाचनालये, व्याख्यानमाला, सावेजनिक विषयचचेच अड्डै, इत्यादी गोधिंच्या लाभाने 'गोव्यातले पुणे' म्हणून प्रसिद्ध असलेल्या एका मोठ्या शहरात असल्यामुळ तेथील

सास हळूहळू मिळू लागून एक होऊ घातलेला 'दे.भ', म्हणून त्याची सर्वांकडून चहा होऊ लागली होती!

या सव गोधींचा परिणाम अथीत असा झाला की, असा एकहो राजकोय, आहे. हाहि लाह म:फव चार्य पंपूर्ण ज्ञान स्वत:स झाले आहे,

असे त्यास वारत नसे! विशेषतः गेले कित्येक महिने उत्तर हिंदुस्थानात ठिकठिकाणी झालेल्या हिंदू-

त्याने चंग बिथला यात नवल नाही. सांतुशणीच्या घरी बल्कांवावर दररोज गावातील बरीच वृद्ध मंडळी संध्याकाळच्या केळी शिळोप्याच्या गणांमध्ये घटकाभर मन रिझवण्यासाठी जमत असत. आजवर

किति शिक्ष त्रमास त्रामास हिवायासी मन प्रसाकाश क्षित्र असार असार असार किर्न किर्न किर्म असार । प्राचित्र किर्म किरम किर्म किरम किर्म किरम किर्म किरम किर्म किर्म किरम किरम किरम किरम किरम किरम

उज्जव आवसस्कृती, सनातन हिंदुधमे, धमेवेडे मुसलमान व पोतृगीज, जाख्याने हा या बेठकीतील एक महत्त्वाचा दैनिक कार्यक्रम होऊन बसला.

जळजळोत वाक्पोडित्य ऐकण्यात त्याचे श्रीते इतके ताल्तीन होत को, एखादे अधि समाज, हिंदू हुतात्मे, अशा निरनिराळ्या महत्त्वाच्या मुद्द्यांवरील त्यान वास्को-द-गामा, झेजुइट्स, इन्क्विश्चिम, औरंगजेब, जिझिया कर, स्वामी दयानंद,

प्रजन्न नामार ,िकार्क र्तिनिज्जित स्थाय निवास होता । एप स्थाप स्याप स्थाप स्याप स्थाप स्य वळस गुडगुडी ओढणेसुद्धा ते अजिबात विसरून जात!

कामी चुकूनही खंड पडू देऊ नये, असा उपड्या घागरीवर पाणी हाच या वृद्ध परस्परांच्या दैनिक मुखदुःखांचा, नित्याच्या जिगरदोस्तीच्या सलगीने खल करण्याच्या मिळणाऱ्या याताच्या विडीचे बोरांच्या पकडीत न राहणयाच्या थोडूक होईपयेत मङ्गर्काल ल्हानामाचापन्न महुमार निकामिकास अवावितन व्याप्नापादाह वांत्रमसी होऊन घराकड वळताच वारेत पावलुच्या व आजूबाजूच्या आणखी दोघातिघा त्याच्या उपदेशाला माना डीलवाव्या; मात्र सांतुबाबाच्या बल्कांवावरील बेठक बरखास्त पितका लाथाडावा!' या सूत्रावर, किंबहुना या सूत्राच्या उत्तरार्थावरच आधारलेल्या नान त्याच्या गोडून पुकून दुःखनिःश्वास सोडावे, 'हिंदू तितका मेळवावा! विथमी हिंदूच्या प्राणहानीची व दिओग रुद्रीगिशने जिमनीला मिळवलेल्या देवळांची हृद्यभेदक

अखरीस फुलगावातील लोक हिंदू धमीच्या लढ्याचे महत्कावे शिरावर घेण्यास मंडळीच्या बाबतीत सीनूला अनुभव आला!

ठिकाणच्या हिंदू समाजाला याबाबतीत धडा घालून देण्याचे श्रेय घ्यावे, अशी रतिकारणे कस अवश्य आहे, याचे मुहेसूद प्रतिपादन करून फुलगावकरांनी इतर गोव्यातील हिंदू समाजाने यापुढे बेसावध न राहता ख्रिस्त्यांविरुद्ध चढाईचे धोरण विवस त्याने हा प्रश्न मोठ्या कळकळाने; पण रोखठोक त्यांजपुर्व मांडला व कितपत तथार आहेत, ही गोष्ट एकदाची थसास लाबून पाहण्याच्या इराधाने एक

द्रोघांनी कशीतरी वेळ मारून नेण्यासाठी त्याच्या म्हणण्याला नुसती मान तुकवली. येथवर मजल आल्यावर मात्र त्यापैकी कित्येकांस बराच पेच पडला. एक-अपल्या श्रीत्यांस आग्रहाची विनंती केली.

स्थितानान्यः हिर्मानान्यः । जिल्लानाम्यानान्यः । जिल्लानान्यः । जिल्लानान्यः । सूचनेची बोळवण केली. पण त्यांच्यामध्ये फरकळ तोंडाचा एक खमंग म्हातारा करू या पवित्र कायीला आर्यमः देऊ बार उडवूनः" इत्यादी गोड शब्दांनी या त्याच्या लोकांना फुरसत नाही. पण हे दोन-तोन महिने जाऊ द्या, की दसऱ्याच्या मुहूतीवर धमीत जन्मल्याचे काय सार्थक? सध्या बरसातीचे दिवस जवळ आले आहेत. ''सोनूबाबाच्या उपदेशाप्रमाणे आपण सर्वांनी अवश्य वागले पाहिजे, नाहीतर हिंदू काहीजणांनी ती गोष्ट हसण्यावारी नेण्याचा प्रयत्न केला. एका धूर्त इसमाने,

फ्रांते निकापुनिक त्याना मिले अशा रीतीने एका जुन्या-पुराणया स्वतःचा व विशेषतः स्वतःच्या उच्च तस्वांचा अशा रीतीने एका जुन्या-पुराण्या

मिर्मिक्ष हें स्वितं हें सिर्म शेंचा शिं सिर्मिक्ष सिर्मिक्य सिर्मिक्य सिर्मिक्ष सिर्मिक्य सिर्मिक्य सिर्मिक्य सिर्मिक्य सिर्मिक्य सिर्मिक्य सिर्

झाले! त्या दिवसापासून सीनूची बालंबाल खात्री झाली की, वठलेल्या झाडांच्या य जुन्या खोडांचा कितीही पाणी घातले तर्ग त्यांना पालवी फुरणे आशक्य! हिंदू धमिने भवितव्य अशा नेभव्य बुदुकांवर अवलंबून ठेवणे हो धक्च त्राया भागी! कारण आजच्या बालिपिकीमध्ये तेजीस्वतेचे बीजारोगण करणे हा एकच मामी! कारण प्राचन्या बालिपिकीमध्ये भाषी आधारसंत्रेग! त्यातूनच हिंदुत्वाची दिव्य पताका आधार मिरविणारे

उसना धिमाय स्वाववारीः अध्याला स्वाववारीः अङ्गाला इसन्याः वात्रवाताः अङ्गालाः

लिलितमास ह नाएगरंट, महिक्षींच महाम्य ईमाय नक्षित माममा विमायक रिल्ल असू विकास लिमार निमाय स्थानामक्ष्रीय विकास विकास विमायक निमायक स्थानामक्ष्रीय महिल्ला महिल्ला क्ष्री विकास विका

क्रिंग स्टेंग्न आख्या व्याख्या केंग्न झाडताच त्यांचा प्रभाव या खेपेस संगंत क्रिंग्न स्टेंग्न स्टेंग्न अपल्या आख्यान क्रिंग्न स्टेंग्न अपल्या आला. क्यांचे आदर्श, कल्पनेच्या साहाव्याने त्यास इष्ट तो वाचा प्रज्ञान हिंदू स्टेंग्न आपल्या वाणीने प्रमाति संचाण्यास थोडा अवधी प्रभा झाला. हुताते या फुलगावकर कुमारांच्या अंगात संचाण्यास थोडा अवधी प्रभा झाला.

व बाबलू व शेजाएं इतर बालओते त्याच्याभोवती गोळा हेरूने विजापूर शहरातील मुसलमान कसायाचे डोके उडवणाऱ्या बालशिवाजीचे आख्यान मोठ्या उत्पुकतेने

वरवर चालविली होती. त्यानकड दृष्टी जाताच सीनूची वृत्ती एकदम गरम झाली. अज त्याच्या हाती होते व आपले किस्तावी हेल काढून त्यान तोडा मे प्रक्सारखी तिच्यामध्ये गुंफलेला हस्तिदंती खुरीस. सुताच्या टोकाला बांधलेले एक फुलपाखरू दिसणारी एक ठळक वस्तू म्हणजे त्याच्या गळ्यातील सीन्याची साखळी व त्याचा जणू गोटाच केल्यासारखा दिसे. त्याच्या निमगोऱ्या कातडीवर खुलून पातळ थराशिवाय त्याच्या सबंध डोक्यावरील केस साफ कापलेले असल्यामुळ आखूड विजारीशिवाय त्याच्या अंगावर काहीही नव्हते. दिसेल न दिसेल, अशा एका पावलुचा नातू सांतान हा धावत धावत तेथे आला. जेमतेम ढुंगण झाकणाऱ्या एका अवण करीत होते. ते ऐन रंगात आले आहे, इतक्यात त्यांच्याच वयाचा श्रेजारच्या

वर्षांचा वहिवारीचा हक्कच होता! तेथे आत्यावर, त्याला एकच निबंध पाळावा येऊन मिसू व बाबलू यांजबरोबर यथेच्छ धिंगाणा घालण्याचा त्याला गेल्या कित्येक मातान नेवत्याला थोडाच डरतो? दुपारच्या वेळी सांतुशणेच्या चोकीवर (रिप्राउन रुटि अनलाज न रिनमंध पाषाय रिपास नाज

मोडला जात नसे. क्वचित येणारा एखादा हातघाईचा प्रसंग सीडल्यास, हा निवंध त्याजकडून कथीही करावयाचे नाहीत! पण तो त्याच्या इतका अंगवळणी पडला होता को खेळात कि हा की, खेळताना भियू व बाबलू यांना शिवून त्यांचे कपड ओवळ

तोंडाने बॅडचा आवाज काढीत त्याने एकसारखा नाचण्याचा सपाटा चालवला. नांडा स्वतःभीवती गोळा करण्याच्या हेतूने त्या फुलपाखरामहित गिरक्या घेत व अधिकच हुरूप आला. आपल्या हातातील नवलाइची गमत दाखवून त्या सर्वाचा सांतुशणेच्या चौकीवर आज नेहमीहून जास्त सोबत्यांचा जमाव पाहून त्याला

किती दुष्ट वळण! होच कारी मीठी झाल्यावर गोमातेच्या मानेवर युरी ठेवाथची! आता मात्र सीनूचा संताप आवरेना. "पाहा, या शिखानष्टांना लहानपणापासून

ीं अम्सा हें हें ज्ञा हें हें ज्ञा हो हें जा हो हो जा है। जा हो जा है। जा है जा है। जा है। जा है। जा है। जा है। पाहा! पाहा! त्या प्राण्याचा कसा छळ चालवला आहे! कशाला हवी आहे या

भिसू, बाबलू व लांचे इतर मोबती मांतानने आणलेले फुलपाखरू तेथे तो त्वधाने बोलला!

शिताः विचारात होते, कारण फुलपाखरे पकडणे हा त्यांचाही एक आवडीचा व्यवसाय असलेला सर्वाच्या सामाईक मालकीचे ठरवावे असा त्यागपुढे ठराव मोडण्याच्या

पडले. आपल्या सीबत्यांचा स्वतःवर झालेला हा अनपेक्षित गहजब पाहून सांतान उसळून आले. सांतानला न शिवण्याची खबरदारी घेऊन सारेजण त्याजवर तुरून पण सीनूचे शब्द कानी पडताच ते भानावर आले. त्यांच्या अंगर्च हिंदू रक्त

बिचारा इतका घावरून गेला की, तेथून पळत जात असता भान न राहून भिसूला त्याचा धक्का बसला.

"'सीतान शिवला! भिसूला शिवला!" सर्वांनी एकच गिल्ला केला.

स्तिमंत्री: "अनव मान कार्या ताडांत मान कार्या हार ,ाजवाडी कार

झालेल्या मीनूच्या तोंडून हे धिककारयुक्त शब्द नियाले. या शब्दांचा योग्य तो सुपरिणाम लगेच घडून आला. भियूने थाडिदशी

संतास्या थोबाडीत लगावली. इंतरांनीही त्याजवर मीडणे, ढलप्या, खंडे, इत्यादी हाताशी मिळेल त्या अखांचा वर्षांव केला. सांतानने एक-दोन शेलक्या शिळा हाताशी मिळेल त्या अखांचा वर्षांव केला. सांतानने एक-दोन शेलक्या भगत मिसूने उत्तर आपल्या घरांक्य हंदीत पोहोचताच सांतानने उत्तर भांचा पाठलाग चालवला पण आपल्या घरांच्या हंदीत पोहोचताच सांतानने उत्तर मिलं मिलं केलिया चालवला पण इंद्रक उच्चांच स्थान प्राप्ता व चवळच पडलेले एक हाडूक उच्चांच स्थान होण्या व

चुकून हाडूक मिसूवर न बसता जवळच असलेल्या विहिरीत पडले. सांतुशणेच्या घराचे परसू व पावलुच्या घराची बाग हो एकमेकांना भिडलेली

असून, त्या दोहोच्यामध्ये ही विहीर होती व दोघेही शेजारी अनेक पिढ्या सामाईक मालकीने या विहिरीचा उपयोग करीत आलेले होते.

सातानने फेकलेले हाडूक भिसूवर बसले असते तर त्याला स्नान करावथाला संगणयापलीकडे त्या गोष्टीचा परिणाम गेला नसता. पण ते विहिरीत पडल्थामुळे

्रिताझ गाय क्यान अयाचाराचे स्वरूप प्राप्त झाले. अपस्य भारत वाहर सहस्य अपत्याचे सहस्र हात्रका भारत

"सांतानने विहिरोत दुकराचे हादूक टाकली!" भिसूने परत जाऊन आपल्या कि बातमी जाहीर करताच तेथे मोठीच खळबळ उडाली.

ह मिशान वा स्थाप के स्थाप के

जाहे!" आहे!"

मीनूने आवेशाने हातवारे करीत आपल्या अनुयायी वर्गावर तिरस्कारयुक्त नजर केकली व त्यांना टोमणा दिला.

किनियत खजील होऊन, पण गुगाने दातओठ वावीत भियू, बाबलू व इत्तर काहोजण उत्तरले, "वा! सांतानला आम्हो तसा सोडतो का? लेकाला घालू द्या अम्म

आपल्या घराबाहेर भारात जरा पाऊल! असा ठोकून काढू!...... ''नाही! तेवढ्याने भागणार नाही!'' सीनू म्हणाला, ''विहिरीत पदलेले हाढूक

प्रापट तिन त्रियाल प्रापट स्थाप स्य

गई्धां,, नामी युक्ती सुचवतो. ती कराल तर पावलुच्या घरची मंडळी एका घरकेत वठणीवर अगमतलबी क्रिस्तावांच्या हाती सापडावधाचं। ते काही नाही. जशास तसं। मी एक श्रेजान्यांच्या घरी होगारा पाणयाचा उपसा थांबवणयाचे हे चांगलेच साधन या पाण्याच्या टंचाईच्या दिवसीत मधूनमधून विहिरीत हाडके टाकून आपल्या हिंदू

अमलात आणला गेला! सबंध टोपली विहिरीत रिती झाली! विहिरीत दोन-तोन ताचित गामबाग मिनूस चर्म चर्म वळवला! लगेच सोनूचा गामबाग तोडगा वितली. सापडल कितक गोठ्यातल थाग त्यांनी एका टोपलीत गोठ्य केले व त्या तोंडून बाहेर पडण्याचाच अवकाश. सबंध बालचमूने घरामागल्या गोठ्याकडे धाव सीनूची युक्ती इतकी बिनतोड, मजेदार व नावीन्ययुक्त होती की, ती त्याच्या

या सर्वे श्रायक्षीय हालचालीची आपल्या घराच्या विडकीतून सांतानकडून घागरीहून जास्ती पाणी नव्हतेच. जणू शेणाचा सडाच आत तथार झाला!

.ज्ञाह वदी देण्याकरिता त्याने घराताल्या वडील माणसीकड थाव घ्यावी, हे साहीजकच शक्य नव्हते. अथीत प्रतिपक्षीयांनी केलेल्या सर्वे घोर कृत्यांची तिखटमीठ लावून गेल्यामुळ त्याच्या मनाला डवचत असलेले दुःख मात्र तो इतक्या लवकर विसरणे महत्रयासाने मिळवलेले फुलपाखरू नुकत्याच झालेल्या दंगलीत हातचे मुटून थोड्या वेळा मध्यूच्या घरी येऊन त्यान त्याच्याशी समेर केला असता. पण एवढ्या अवधीत बहुतेक असिरले होते. तेवढीच एक गोष्ट असती, तर नेहमीप्रमाणे टेहळणी चालली होतो. भिसूकडून थोबाडीत मिळाल्यामुळे त्याला झालेले दु:ख

आत्यावर पावलुकडून मुलांचा हा त्रात्यपणा सांतुशणेला कळवून त्यांना शिक्षा खपला नाही. सांतुशणे व पावलु हे दोघेही या वेळी आपापल्या घरी नव्हते. ते घरी लिहिरीत श्रेण टाकून त्यातील पाणी खराब करण्याचा लांचा हा दुष्टपणा मात्र त्यांना बायकामंडळीला विशेष काही वारले नाही. पण अशा पाण्याच्या रंचाईच्या दिवसांत किळसच यावयाचा. श्रेजारच्या मुलांनी केलेल्या इतर गोष्टीचे पावलुच्या घरच्या लोकांच्या मनात केवढीही पवित्र भावना असली तरी किस्तावांना त्या वस्तूचा चराचर वस्तूच्या शुद्धोकरणाचे एक सवंग साधन म्हणून शेणाबहुल हिंदू

सांतुशणे व पावलु यांना कळपयंत हा प्रकार एवढ्यावरच थांबता तर भियू, करावयाची, असे त्यांनी ठरवले.

निमीण केलेल्या फुलगावातील या धमेयुद्धाचा त्याच दिवशी संध्याकाळी शेवर बाबलू व सीतान योनी आपापल्या आजोबांकडून दीन-चार चपराका खाण्यात, सीनूने

ही एकंदर गीष्ट त्या 'दुपारन्या वेळी' सांतानचा बाप कायतान याच्या कानावर झाला असता. पण त्यास याहून निराळ स्वरूप यावयाचे होते.

भडकवण्यास कारण होत. मग आज घडलेल्या प्रकारासंबंधी तर विचारायलाच किंह मारु हिरिता किरुएसन कारुए धुल्लक निरुपार । हिर्म किंह किला निर्मा है। िपितमीयन निष्ठ केंद्र केंद्रिय केंद्र केंद्रिय क जेवणानंतर यथास्थित काजूची दारू झीकून तास-दोन तास वामकुक्षी घण्याचे दुपारच्या वेळी आग्यविताळच त्याच्या अंगात संचारलेला असावयाचा. दुपारी पंचेचाळीस वर्षे हे कायतानचे वय. एरवी शांत प्रकृतीचा व सुस्वभावी गृहस्थ. पण धावयाचा नाही, असा गावात सर्वांचा नियमच ठरल्यासारखा होता. चाळीस-इसमास माहीत होते. दुपारच्या वेळी काथतानशी काणत्याही प्रकारचा संबंध वेऊ गेली. काथतानची 'दुपारची वेळ' हे काथ प्रकरण आहे, हे फुलगावातल्या प्रत्येक

मालाए एकाल व बाबलूविरुद्ध क्रिकेट किन्न के अन्तर व अपना मालावर .किन

मीनूच्या व्याख्यानाचे फवारे उडू लागले, की यातील काही तुषार कायतानच्या भिसूच्या बोटांचा उठलेला वळ पाहताच कायतानचे पित्र खवळले.

.आहेन उद्ग तो सांतुशणीच्या घराकड नियाला. नक्ष्या. क्षिष्ठं स्थापने वास्तीय लाजबुंद झाले. ताडकन अजिन्या या एकंदर प्रकारामध्ये त्याचेच अंग असावे, हे कायतानने ताइले. आधीच कानापर्यंतहो जात असत. त्यामुळ सोनूविषयी त्याचे मन पूर्वीच कलुषित झाले होते.

चालवून सेमीव झोडतो आहे, तो होच का? लेकाचं आज राळकंच सडकतो! "असं का? येथवर पाळी आली? आज आठ दिवस एकसारखी वरवर

भेतली. ति। हे नार्ज नड्रीम डिक्त कप्र मिद्रिक्त क्रिक्य क्रिक्य क्रिक्य क्रिक्य क्रिक्य क्रिक्य क्रिक्य क्रिक्य क्रिक्य म्हणावं इथं नाही चालायचा तो शहरातला शहाणपणा!" असे रागाने स्वत:शोच

ए।।।।। कि कि कि कि व अप्रात्त व अप्रात्त कि कि कि कि कि कि कि कि कि कि

नागले कान उपटून हाती देईन! काय कारण होतं रे तुला विहिरीत थेण टाकण्याबद्दल काय पुंडाई आरंभिली आहेस तू? या कायतानशी चालायचे नाही बरं हे चाळ! भिरवीत, दातओठ चावीत दरडावून मीनूला म्हणाला, "काथ रे, ए काटचीं? हो

''शैजाऱ्या, असं पाहा,'' सीनूने अगदी धिमेपणाचा व पोक्तपणाचा आव मुलांना फूस द्यायला?"

महीत अहिच , हे देवा कर हे हैं अब उपयोग करती, हे तुला माहीत अहिच विराळलें! विराळलेली कोणतीही वस्तू शुद्ध करून घेण्यासाठी आमन्या धर्मात निपाप रिक्री क्षेत्रा क्षेत्रा भूगी बाळाव निप्त स्थित स्था स्था है।

अपस्या या बिनतोड उत्तराने काथतान निरुत्तर, अशी सीनूची अपक्षा ं!ज़िस् अयह संप्रह है गिगल नायना गिष्ठ भिर्मेडी

सैशारजा.

िहर्नेचा बाप विहिरीत थेण टाकून त्या युद्ध करून घ्याला! मी बोळवानं दृश का मिने शेबर पोर! आणि मला या असल्या फिलोझीफी सांगणार? तून आज आलास मोठा होतो, पण तो खोटी ठरलो. कायतान जास्तीच चवताळून ओरडला, ''एवंढेस

"अहो महाराज, कुमारी मारीथच्या पोटी क्रिस्त जन्माला आला, या गोष्टीवर आहे, तुझं हे थोतांड ऐकून घ्यायला गाढवा?"

मेहरबानी करून घरी जा व नीट शुद्धीवर आल्यावर पुन्हा या, म्हणजे तुम्हाला जाता वृम्हे सम द्वार अमच्या क्रमितिय का मार्च हुर मानता? बरं आता

म लिएमं बर्मी घाव घालण्याच्या उद्गाम मिनूने उच्चारलेले हे शब्द संपल न आमचं सारं धर्मशास्त्र नीट समजावून देईन! जा!"

अगल्या हाताचा सपाटा सारखा चालू ठेवला व नंतर त्याने आपल्या घराचा रस्ता प्रयत्न केला, पण त्याचा काहीहो उपयोग झाला नाही. पाच-सहा मिनिट कायतानने सुरुवात झाली. सीनूने आपल्या तोंडाचा पट्टा चालवून आत्मसंरक्षण करण्याचा संपले, तोच कायतानच्या हातातील काठीचे जोराचे तडाखे त्याच्या पाठीवर, बसण्यास

नाही! पुष्मळांच्या हातून त्यांच्या आयुष्यात घडणारे प्रमाद येथून उद्भवतात. निविकारपणे विचार करण्यास अवश्य असलेला समतीलपणा तेथे शिल्लकच राहत कथीकथी प्रथमदर्शनीच कार्य मनुष्याच्या मनाचा असा कब्जा घेते को, कारणाचा वेसील, तर त्याच्या कारणाकड आधी दृष्टी वळवणे अवश्य असते. पण जगात कोठेही काएग आधी, नंतर काये! कायोचे वास्तविक स्वरूप जाणून

''गेल्या चार मिट्या आम्हा दोघाही श्रेमान्यांमध्ये केवढा दार घरोबा! पण एवडा उद्गायनक प्रकार झाल्यानंतर घरातल्या इतर मंडळीमध्ये तरी कसा असेल? आश्चरें नाही. शिवाय ती त्यांना यथाभूत व सविस्तर सांगणवाइतका विचारीपणा, जाणून घेण्याचा त्यांनी केलेला प्रथत्न अपुरा व पूर्वग्रहदूषित असावा, यात मोठेसे मन पराकान्त्रचे कळवळले व संतापले. अशा स्थितीत घडलेल्या गोष्टीची कारणे क्याच वर्षींनी आजील आलेला! त्याजवर आलेला हा प्रसंग एकताच सांतुशणेन मंडळींनी त्यास तिखटमीठ लावून व फुगवून कथन केली. एकुलता एक नातू! 'काही विशेष कारण नसता' सीनूला कसा बेदम मार दिला ही गोष्ट घरातल्या सर्व संध्याकाळी घरात पाऊल टाकतात न् टाकतात तोच कायतानने दारूच्या धुंदीत सांतुशणे व पावलु-द-सा यांच्याही बाबत त्या दिवशी असेच झाले. सांतुशणे

अजि हा कथी न घडलेला प्रकार घडला. वेळीच सावध होऊन त्यांच्याथी असलेली पावलुच्या मागं हा दारुडा कायतान तो असाच कायम राखील, असे दिसत नाही!

मुसर एव्हाच कमी केलेली बरी! म्हणजे असे हे प्रसंग पुन्हा होणे तरी टळेल.'' सांतुशुणी वेतागलेल्या व धुब्ध स्वरात म्हणाले.

मारावी व दोनचार खरचण्या किंवा मुड्डीशा त्यांच्या हातावर ठेवाव्या हा त्याचा परत आल्यावर आपल्या शेनाऱ्याच्या घरावरून जाताना बाबलू व भिसू योना हाक मासळी पकडावी हा काथतानचा दररीजचा प्रधात. पण मासळी घेऊन नदीवरून क्विचतच गाई. सध्याकाळी गळ धेऊन नदीवर जावे, रांत्रोच्या कढीसाठी पुरेशो गोष्टीसाठी आपल्या या हिंदू शेजारणीकडे खेप घातली नाही असा दिवस तर औषधी करंड्यातून लहान मुलांचे काढे, मुळ्या नेण्याकरिता व अशाच इतर घरच्या मागसांनी लोगची, मुरंबे, पापड-शेवया करून घेण्याकरिता, आजीबाईच्या प्रकारच्या आपल्या कामाकरिता पावलुच्या घरी गेल्या नाहीत; तसेच पावलुच्या शिकण्याकरिता अथवा अंगडीटोपडी बेतणे, शिवणे, फुलांच्या वेण्या गुंफणे अशा सांतुशणेच्या घरची बायकामंडळी व मुलीबाळी, विणकाम, भरतकाम किंवा किंगिदा एकाने दुसऱ्यास दिली, की तो झाला मीकळा निर्धास्तपणे घरून निघण्यास! परस्परांचा एवडा भरवसा को, ''मुलाबाळांवर नजर असू हा। बरे!'' एवडी सूचना नाहण्यासारखी गोष्ट! पण असा प्रसंगएखादे केळी आल्यास सांतुष्टाणे व पावलु यास किळान विवस घरापासून दूर गावी जावे लागाणे म्हणजे त्यास केवढी काळजी सांतुशणेने खुशाल पावलुवर सीपवाव्या. कुटुंबातील मंडळी मागे ठेवून पुरुषांना किंवा कोर्टकचेरीशी काही संबंध आला, की स्वतःला न झेपणाऱ्या त्या भानगडी सांतुशणेची सल्लामसलत व मदत घ्यावो. त्याचप्रमाणे पणजोच्या सरकारदरबारी केव्हाही श्रीवाडीची व घरसंसाराची काही बिकट कामे उद्भवल्यास पावलुने आज अनेक वर्षे या दीघा श्रेनाऱ्यांमध्ये किती निकट संघटन चालत आलेले!

नियमही कथी चुकत नसे. एक-दोन दिवसांआड पावलुच्या बागेतील चाप्याशेवंत्यांनी क्या क्षि क्षि क्षि क्षि क्षि चुकत नसे. पर्क-दोन दिवसांआड पावलुच्या हो फळे सांतुशणेच्या घरी भएतोली एखादी दुसरी परडी व प्रिक्त सामासुदीच्या दिवशी व इतर विशेषप्रसंगी होणारे वायचीच. उतर सांतुशणेच्या घरी स्थाप्त सम्बास ठेवलेला. दोन्ही गोडधोड व पक्वात्रे यात या क्षिस्ताव श्रेणाऱ्यांचा हिस्सा हमखास ठेवलेला. आचुबाचूच्या घरांतील मुलांचे मेतकूर तर विचाल्च नका! एकमेकांच्या घरी खळताना, आचुबाचूच्या घरांतील मुलांचे मेतकूर तर विचाल्च नका! एकमेकांच्या इसे खळताना, आचुबाचूच्या इसंतंत्रेल प्रथमांची घरटी हुडकताना किंवा श्रेणारच्या टेकडीवरील काचू-करवंदांचा

शिरून तथील केळीचा व इतर फळझाडा-फुलझाडाचा फडशा उडवू लागली! नादच लागला. त्याचा वचपा काढण्यासाठी सांतुशणीची गुरही पावलुच्या बागेत शिल्न नेथील भांडीकुंडी, कपड़ इत्यादी वस्तू विराळण्याचा जणू लांना आता कोंबड्या पूर्वी क्वन्तिच आपत्या हहीपलीकडं जात. पण सांतुष्रणोच्या परसात दोघाही श्रेजान्यांमध्ये पुनःपुन्हा खटके उडू लागाले! पावलुच्या घर्ची डुकरे व मेणबत्सांचे वर्षासन यंदा रह झाले. इतकेच नव्हे तर लहानसान कार्णावरून या ज्ञाल, त्या दिवशी सांसेबाश्यिकांबान्या मूर्तीतृष क्यावण्यासाठी सांतृशणीकडून जाणार फुलांची भेर आली नाही. त्याचप्रमाणे पावलुच्या घरच्या कपेलाचे फस्त साजरे एकरोन सणांच्या दिवशी सांतुशणेच्या घरी सालाबादप्रमाणे पावलुच्या घरून दाखिवणे व शिव्या देणे एवढ्यापुरताच! यदाच्या गणेशचतुर्थोच्या दिवशो व इतर ठेवला होता, पण तो आपापल्या घराच्या हहीत राहून एकमेकांना वाकोल्या व जिभा अजिबात बंद झाले. भियू, बाबलू व सांतान यांनी अजून परस्परांशी थोडासा संबंध आजवर त्याजमध्ये चालत आलेले बोलणे-चालणे, ये-जा, देवधेव सर्व प्रकार दोन्ही कुटुंबांतील माणसांच्या परस्परसंबंधात यापुढे केवढे रूपांतर घडून आले! पण इतका दीर्घ काळ अशा गुण्यागीविंदाने व खेळीमेळीने वागत आलेल्या या फडशा उदवताना मिसू, बाबलू व सांतान हे त्रिकूट नेहमी एकत्र दिसायचे.

सांतुशणेने पावलुवर फियोद करण्यात झाले! सांतुबाबा व पावलु हे दोघेही आपल्या समाजातील प्रमुख पुढारी. त्यामुळे या प्रकरणात दोन्ही समाजांतील इतर बऱ्याच गावकऱ्यांनी आपापल्या पुढाऱ्यांची बाजू घेतली व अशा रीतीने या एकंदर प्रकारचा शेवट असा झाला की, गावात पूर्वी

क्षित्र तसलेले हिंदू व क्रिस्ताव असे दोन नवीन तर निर्माण झाले. क्षित्र भारता अवधीत आजोळ सोडन सोनही आपल्या धरी निधन गेला होता.

या एवढ्या अवधीत आजीळ सीडून सीनूही आपल्या घरी निधून गेला होता. गोव्यातील एका साप्ताहिकातून त्याने लिहायला *सुरू के*लेल्या 'परशुरामभूमीतील

!किडि फुलगावातील हिंदू वीरश्री जागृत झाल्याची ग्रेमांचकारी मंगलवाती घोषित केली झाले! अखिल भरतखंडाला विदित होण्यासाठी त्याने त्यातून आयेसंस्कृत्युद्धाराथे पुण्यपवेणी!!!' या दणदणीत लेखमालेतील पहिले सहा स्तंभ याच वेळी प्रसिद्ध

गोव्यात त्या वर्षी ठिकठिकाणी आलेला महापुराचा प्रसंग लोक अनून विसरलेले

इसमाकडे तुम्ही या महापुराची गोष्ट काढाल तर उल्हिसित मनाने तो तुम्हाला ऐकायला मिळतील. पण आश्चयोची गोष्ट हो की, फुलगावामध्ये मात्र कोणाही जायात सापडलेल्या माणसांची प्राणहानी, अश्या अनेक आपतींची वर्णन गाविगाव गुरेढीरे, भारांचे व बागबागाइतीचे झालेले नुकसान, नाथा पावलेली मालमत्ता, नाहीत. त्यासंबंधीची आठवण निघाली की, कोसळून पडलेली घरे, वाहून गेलेली

िळउ मिड़ क्र्य िम किव्य शिष प्राप्ताय अश्री क्रिक मिला। फि झाली नाही असे नाही. पण त्या प्रसंगी प्राप्त झालेल्या एका अकल्पित देवघटनेने इतर अनेक गावांप्रमाणेच फुलगावातील लोकांचोही महापुरामुळ वाताहत

निराळेच वृत्त आधी कथन करील! ते कोणते?

नव्हती. म्हणूनच त्या दिवशी मृग नक्षत्राच्या सुरुवातीस जेव्हा दोन-चार दिवस बुडती येणे, ही गोष्ट फुलगावासारख्या नदीकाठच्या गावातील लोकांना नवीन द्र दोनचार वर्षानी अधूनमधून नदीचे पाणी चढून गावाच्या थोड्याशा भागावर की, हा महापूर म्हणजे तेथील लोकांना त्यांच्यापुरती तरी एक इष्टापतीच वाटली!

सवींचे धाबे द्णाणाले. नाही. पण पाचव्या दिवशी रात्री महापुराचे रोद्र स्वरूप अचानक व्यवत होताच पावसाने एकसारखा झोड उठवली तेव्हा लोकांस त्याची मुळीच फिकोर वारली

स्ततःची घरे सीडून दुसऱ्यांच्या घरांचा व झाडांचाही आश्रय घेण्याची बऱ्याच मालमता बचावण्यासाठी कित्येकांनी जिवापाड प्रयत्न चालवले. आपल्या प्राणाक्षणासाठी द्र घटकेला वाढू लागला. लोकाची धावपळ व धडपड सुरू झालो. मोल्यवान पापयाची खळबळ व त्यात वाहून येणाऱ्या अनेक लहान-मोठ्या वस्तूचा भीषणा नाद स्वर कानी पदू लागला! मधूनमधून एखादे-दुसरे घर कोसळून पदू लागले! नदीच्या झाला. ओघामध्ये वाहून जाणारी गुरे, दुकरे, कोबडी, इत्यादी प्राण्यांचा दीनवाणा निश्चित मनाने झीपी गेलेला सबंध गाव मध्यरात्रोच्या सुमारास खडबदून जागा

या अशा घोर संकटात सांतुशणे व पावलु-द-सा यांचा मात्र इतर सव नगावर पाळा आली!

गावकऱ्याना हेवा वार्टू लागला. त्या दोघाचोही घरे गावच्या एका टोकाला असलेल्या

उंचवत्यावर असल्यामुळ महापुरापासून त्यांस भीती बाळगण्याच कारण नाही अशीच सर्वांची कल्पना होती. चाळीस वर्षांमागे आलेल्या एका महापुराच्या वेळी गणियाच्या जान्य तेल

या गोष्टीचा प्रत्यय आला होता. सांतुशणी व पावलु यांनाही आपापली घरे महापुरापासून सुरक्षित राहू शकतील

अशी पूरी खान्नी वाति ते ती, पण तो लांचा समज तवकरव वृक्तीचा ठरला. विक्रिस क्की खाने वाति होती, पण तो लांचा समज तवकरव वृक्तीचा उत्तारा सालेस वापिस वापिस जाति सालेस्य महापुराहर हो महापुराहर हो महापुराहर हो पाने प्रसापस या दोन्ही घरांमध्ये पाणी वहू लागले! पावलुच्या मुख्य घरापासून काह्न अंतरावर व सखल भागावर असलेले त्यांचे परसातले पडघर तर घापूर्वीच वाहून गेले होते व पहार होईपर्यंत या गोधीची घरातील मंडळीला दादही नव्हती. पाणी व लागले! काह्रों लागली काह्नों सारखी वाहू लागली. काह्रों लागली वेन्ही घरांचा खालचा मजला पाणवात बुहून गेला व वरच्या मजल्याचा लामांची दोन्ही घरांचा खालचा मजला पाणवात बुहून गेला व वरच्या मजल्याचा लामा अग्रय घ्यावा लागला. सांतुशणेने श्रीमंगेशास महारदाचा नवस केला.

पवलुने सांफ्रांसिश्काच्या कोव्हेतास एक मिस देऊ केले. सुदेवाने काही वेळाने पाणी चढण्याचे बंद झाले. पणा ते ओसरून जाण्याची

मात्र चिन्हे दिसेनात. पूर लक्कर न ओसरत्यास सांतुशणेच्या घरव्या माणसांस विशेष फिकीर बाळगण्याच कार्या नव्हते. भूक निवारण करण्यास जरूर असलेली विशेष फिकीर बाळगण्याच कारण नव्हते. भूक निवारण करण्यास जरूर असलेली सुकी मात्री त्यांच्याथा होती. परसातत्या पडघरात त्यांचे असिक्त न गेल्यास बिकट प्रसंग गुटरणार होता. परसातत्या पडघरात त्यांचे असिक्त न गेल्यास बिकट प्रसंग गुटरणार होता. परसातत्या पडघरात त्यांचे होत्हे होत्या कार्या पंचादा कंगा आसि होत्या प्रकास पंचादा कार्या कार्या कार्या व्याचा त्यास पुरवता असता. पण संवाद्या यांच्याच्या चित्रा मुख्कील होते! याप्रसंगी संविश्वाच अभियात्य श्रिका कार्या प्रसंगी शिक्ष त्यास स्वीकारू देहेल किंवा संतुशणे आपत्या श्रियात्याचर आसिपणा अश्या प्रसंगी ओळखून आपणा होऊन त्यास मदत करण्याच याचायाचर याखतेला घोर प्रसंग ओळखून आपणा होऊन त्यास मदत करण्याच मनोदार्य दाखतेला, या दोन्हो गोधी संभवनीय नव्हत्या. कारण त्यांच्या जवान्यानंतर लवाद दोनच दिवसांपूर्वी इतका रंग चढला होता को, साक्षीदारांच्या जवान्यानंतर लवाद दोनच दिवसांपूर्वी इतका रंग चढला होता को, साक्षीदारांच्या जवान्यानंतर लवाद दोनच तिवसांपूर्वी इतका रंग चढला होता को, साक्षीदारांच्या जवान्यानंतर लवाद नेमण्यात येऊन पाहणीसाठी दिवसही देतना होता. होता

व आपत्यावर आलेला प्रसंग रळेल, या एवढ्याच आशेवर पावलुच्या घरच्या र्मेह कीला अवलंबन ग्रह्म आता थाग होते

मंडळीला अवलंबून राहणे आता थाग होते. पण ते सबंध दिवस गेला व दुसरा दिवस उजाडला तरी पाणी ओसरेना. उलट

मधूनमधून पावसाच्या मुसळधारा सुरू होत व अवि थोडासा वाख्त्याचाय मस् होई। अप साम्यून पावसाच्या मुसळधारा मुखळा यास होई। अधि साम्यून पाठ्याच्या याच्याच्या च्याच्या माठ्या माठ

प्कू जात असे. दुसरा दिवस गेला व रात्र आली! मुलांचे भुकेने विव्हळणे एकसारखे चालू होते

: फियनी मूडिक्टमी नाष्ट्र: हु ६५३३ विगंसगणमारुडिक मूडाएँ ति क ष्रिक्टिक्यो तज्ञाए निष्टिङ्ग लक्ष्मी ईत्सारुगाए लिप्तिज्ञा ड्रेगार विमानाराक ग्रिम्बी

वसती होती. जिन होते आसवांनी भक्त आते होते. 'आमच्या बापा' व 'ममन मीरिशे' या स्तोत्रांचा तिने एकसारखा पाठ चालवला होता. भक्तिपूर्वक मधूनमधून किंद्र क्रिक्षित खाग्ना खागाडी ओहीं होती.

ती स्वतःवर खुरिसाच्या खुणाही ओढीत होती. तोच अचानक एक लहानसा आशेचा किरण तिला दिसून आला! लगेच

कायतानता हाक मारून आशाळभूतपणाने तो म्हणाली, "ते पाहिलंस का? सांतुशणैच्या धरामागील फणसाच्या झाडाला अडकून राहिलंलं पांह-च्या रंगाचं ते काहीतरी दिसत आहे. बहुतेक तो आपल्या स्वयंपाकघरातील वेताचा पेटारा असावा. तसं असेल तर ईश्वरच आपल्या हाकेला पोहोचला असं म्हणायला पाहिजे. कारण परवा रात्री दुसऱ्या दिवशी दुकरांना चारण्यासाठी काही शिळे पाव त्या पेटाऱ्यात मी परवा रात्री दुसऱ्या दिवशी हुकरांना चारण्यासाठी काही शिळे पाव सा मेटाऱ्यात मी ठेवून दिले होते. पाण्यानं भिजनले व शिळे का असेनात, पण ते पाव हाती येतील,

तर आम्हा सर्वांची उपासमार दूर होईल." निया तोडून हे शब्द नियण्याचाच अवकाश, कायतानने ताबडतोब पाण्यात उडी घेतली व त्या झाडाकडे पोहायला सुरुवात केली. तो आता काय घेऊन परत

३८। इद्धानेल

आहे की, एखाधा टीन्यान त्या महीना पुरतील एवंट खाण्याचे पदार्थ घालून ते अहं स्वाध्य स्य

सिसेल का?" "माझी तरी त्यांना मदत करायला कुंड ना आहे? कालपासूनच मला वारत

असता आपल्या नवऱ्यास उदेशून म्हणालो, ''ऐक्लं का? त्या पावलुच्या बिचाऱ्या असता आपल्या नवऱ्यास उदेशून म्हणालो, ''ऐक्लं का? क्ष्याच्यास केन्द्र हाण्या हा क्ष्याच्यास हा प्रमंग! या केळा का त्यांच्याआयमाच्यामध्ये उत्पत्र झालेला वाकडेपणा मनात मनात वाकडेपणा में के प्रमाय हो अधापसंगीयुद्धा आपण शेजाएथमी पाळला नाही तर ते देवाला बरं

वळला. याच केळी सांतुशणौत्या घरी त्याची बायको आपल्या नातवंडांस खाऊ घालीत

पावलुनेही आपल्या आहेच्या म्हणणयास दुर्गात विला. लगेच काथतान व पावलु यांनी घाईघाईने काही लाकडे व फळ्या एकत्र बांधून इ.कापचा प्रज्ञाण प्रमात माथल क्या घराकडे व क्रायता सांतुशणोच्या घराकडे

विसरून गेलं पाहिजे!" अनुकंपायुक्त स्वराने त्याची आई म्हणाली.

भागावाः'' असलक्तां या अशाप्रसंगी आपलं त्यांच्याशी असलेलं कें. आपण साफ

पेटान्याकडे जाताना त्यांच्या घराच्या मागील मिंती बाहेरचे भाग कोसळून पाथवात पटलाच्य किया कोम्या काम्या काम्

लक्काः" सांतानही रङकुंडीस येऊन म्हणाला. "आपल्याहून कितीतरी मीठं संकट सांतुशणेच्या मंडळीवर आलं आहे. त्या

"ते का?" त्याच्या आईने अधीरतेन प्रथन केला. "हे काथ पापा? आम्हाला किती भूक लागली आहे. तो पेटारा घेऊन या ना

थापा डाकता डाकताच तो बोलला, ''मी त्या पेटाऱ्यापर्वेत गेलोच नाही!''

येते, यास्याकडं सर्वांच डोळ लागून गहिले. पण एकदोन मिनिटांत निराशाच त्यांच्या वास्याला आली. घाईघाईने पाणी पक्तांच्या हाताने कायतान परत आला. दम खणयापुरतायुद्धा विसावा न घेता

सांतुशणोच्या तोडून शब्द निघाले.

म्हणून भातभाजीने भरलेली दोन भीडो एका ठीलोत ठेवून तो त्याच्या बायकोन

सांतुशागैपुढे केली.

सांतुशामे लगेच थीतराचा काचा खोवला व एका हातात टोमलो पकडून

एकदोन मिनिरांत काथतान व सांतुशणे यांची पाण्यात दोधांच्याहो घरांच्या प्राण्यात उडी टाकली.

"कुठं चालला!" कायतानने प्रथ्न केला. मध्ये गाठ पडली. एकमेकांकड दृष्टी जाताच दोघांनाही मोठाच अचंबा वारला!

"तुमन्याकडे! मुलांसाठी थोडा भात व भाजी आणाली आहे! अशावेळीही तुम्ही

नेता हे दोन दिवस हालात काढावे, हे आश्चर्य आहे बुवा!" आमन्यसिबंधी इतका परकेपणा बाळगावा व आम्हाकडून खाण्याचे पदार्थ मागून न

म्हणाला, ''प्रथम तुमचे सवे माणसं या तराफ्यावरून एकामागून एक आमच्या घरी "बरं, ते असू घा!" किंचित ओशाळलेल्या, पण कृतत्रतेच्या स्वरात कायतान

बेतात आहे, याची तुम्हाला मुळीच जाणीव नसेल." आणू. यिकेचितही दिरंगाई उपयोगी नाही. तुमच्या घराची भिंत कोसळून पडण्याच्या

मित्राणेने वेगाने पाण्यावर आठ-दहा हात टाकले व स्वतः जाऊन भित

भरली: तत्सणी विष्णुपहस्तामाचा पाठ त्याच्या तोडून मुरू झाला व कासवाच्या पहिलो. कायतानने सांगितलेल्या गोष्टीचे खात्री परताच त्याच्या उरात धडको

सुरक्षितपणे त्याने पावलुच्या घरी नेऊन पोहोचवली तेव्हाच त्याच्या जीवात जीव म्कदोन मिनिरांत कायतानच्या साहाप्याने अपाली सर्व मंडकी तराप्यावरून नगाने त्यांनी आपले घर गाउले.

श्वेवरच्या खेपेस सांतुशणेच्या घरची सर्वे अत्रसामग्रीही तराफ्यावरून पावलुच्या આબા.

मोठा आवाज झाला. सबंध भिंत पाण्यात कोसळलो होतो. मानंतर पाच-दहा मिनिर गेली न मेली लोह सांतुशणेच्या घराच्या पिछाडाला घरी आली, हे सांगावयास नकोच.

पावलुच्या घरची मुले या वेळी अधाशीपणाने भातभाजीचे घास खात होती! .र्गिड एकदोन मिनिरांत पुन्हा तसाच आवाज ऐकू आला. घराचे छप्पर खाली आले

पावलुला व त्याच्या कुटुंबातील इतर मागसांनाही अत्र वारण्यात सांतुशणेची

बायको गुतली होती.

केम आहे" , जियन आफ्ट नड्रांत । स्वीपश्वास मानुशास मन्त्रम किंद्र में प्रमास मन्त्रम किंद्र में नुकत्याच पाण्यात कोसळलेल्या आपल्या घराच्या छपराकड पहित असलेल्या

गोधींहून शेवटी शेजारधर्मच श्रेष्ठ ठरतो, नाही पावलु?"

अपन्या अज्ञान महं अच्चा आयात हो है ('!एक महं आवलुह) (होन) र्मानः, Ama a teu pro'ximo como a ti mesmo!' ('स्वतः इतकच

गहिवरून बोलला!

लाबरोबरच फुलगावात हिंदू व क्रिस्ताव या दोन्ही समाजांमध्ये भडकत चाललेला आकिस्मिकपणे चढलेले वैरभावाचे पुर अशा रीतीने या महापुराने धुऊन निघाले. गेल्या दोन-तोन महिन्यांत या दोघा श्रेजाऱ्यांच्या मनावर परस्पराविषयी

चालू असलेल्या त्याच्या लेखमालेचा औष मात्र राजापुरी गंगप्रमाणे एकाएकी गुप्त फुलगावात घडून आलेल्या स्थित्यंतराची वाती सीनूच्या कानी जाताच वर्तमानपश्चत्न कलहाचा वणवा विश्ववायलाही हाच महापूर कारण झाला.

वि. स. मुखरणकर

લાબાાં

क्रीमती

परिचय

या गाष्टीतला श्रीमतो हो राजवाड्यातला एक गरीब दासी आह. राजाच्या लंह भाग वाहा सा आधातला श्रीमतो हो राजवाड्यातला एक गरीब दासी आपली बुद्धी गुंडाळून ठेवून, आपल्या श्रद्धेची गळचेपी करून बुद्धाच्या मंदिरावर गुंडाळून ठेवून, आपल्या असला तरी हो दासी आपली उत्कट मुक्तभावना प्रकट कराथला अगभरही कचरत नाही. राजाच्या आश्रेविरुद्ध बुद्धमंदिरात जारान भूजा करणे स्थाजे मृत्यूला आमंत्रण हेण्यासारखे आहे हे तिला माहीत नसते असे नाही. यण श्रद्धेचा मृत्यू हा श्रिराच्या नाशापेक्षा तिला आधित नसते असे नाही. आयुष्य म्हणेच आपल्या निखेकरिता जगणे, इतिक न नळे तर प्रसंगी तिच्याकरिता हसत मरणाला मिठी मारणे होय हे इतिक न नळे तर प्रसंगी तिच्याकरिता हसत मरणाला मिठी मारणे होय हे श्रीमतीचे जीवनसूत्र आहे.

उरुस्त — मिस् वितिष्ठ व मिस् वितिष्ठ मिस् मि — मिस् वितिष्ठ उरुक् त प्रमास माम्यास प्रमासिक्या मामास्य प्रमासिक्या स्थानास्य स्यानास्य स्थानास्य स्थानास्य स्थानास्य स्थानास्य स्थानास्य स्थानास्य स्थानास्

फिक म मिष्ट एक' .कार लडाए आए माएफलणीमाए कथीर महुाइ माञ्चाल हिप्तक्षित्र अलाजा जाना हो। जन्म साथ हो। माणसातच अधिक उत्कटत्वाने नेहमी आढळते. त्यामुळ जीवनाचा प्रवाह हेन आहें। आपल्या श्रद्धसाठी हसत मरण पत्करण्याची श्रवती सामान्य मम चार िकार रूखा देश पत्रभारखी दाई दाखबू शक्ता किम मम लांना कुरलेही दिव्य करण्याची शक्ती येते. राजनिष्ठेसाठी आपत्या त्यामुळे त्यांचा आत्मविकास सहज होऊ शकतो. त्या विकासाच्या बळावरच होते. सामान्य माणसांना असले मोह-पाश बद्ध करू शकत नाहीत. मान्कक ानांभ इ इास िरिहाक तानविष्ट रक्तिम ग्रन्था गाए , १४०तीए दारिद्धाची भीती वारते, कष्टांची आणि क्लशांची भीती वारते. पैसा, , फार्क किमि मिर्गाणा मांक काति काणीमाप्तक के स्मामिक गिरिक् बहुधा असल्या फंदात पदत नाहीत. अहंकारामुळ, स्वाथमुळ, भोगामुळ

गणती' अशा या व्यक्तीच मानवतेचे खरेखुरे रखवालदार ठरतात.

जणूकाही त्याच्या मनाताली उत्कर भक्तीच संगमरवरी स्वरूप धारण करून बुद्धदेवाच्या एका पूज्य अवशेषावर राजा बिबिसाराने एक सुंदर मंदिर बांधले.

.इंहिं भास गिहागा माहर में मेदिर पाहणाराला भास होई.

सायंकाळी राजकन्या आणि राजवधू फुले वाहण्याकरिता आणि आरतो

ओवाळण्याकरिता त्या मंदिरात नियमाने जात असत.

धमीच्या सर्वे खाणाखुणा मानवी रक्ताने धुऊन पुसून काढल्या. त्या धमीच्या पवित्र किविसाराचा पुत्र सिंहासनावर आला. लाने आफ्ला पित्याला प्रिय असलेल्या कालचक्राबरोबर सर्वेच गोष्टी फिरत असतात.

.।लकं तालिका अपल्या यज्ञायाचा अप्री त्याने प्रज्ञाल केला.

पावसाळ्यातला सूर्व अस्ताला चालला होता. सायंकाळच्या पूजेचा समय होत

इकर्हमु । फ़्जीणर र्काङ प्रमिर्काक निपास निती नापपर्कमु नरूष नाताङ फ्रजीमास्पू त. मुक्कि मिता मामाया मुष्टाभिकों गोति ने ने हेन्या. प राणीची दासी श्रीमती हिची बुद्धदेवावर श्रद्धा होतो. पवित्र जलाने स्नान करून आला.

राणी भीतीने कापत म्हणाली, ''वेड पोरी, बुद्धदेवाच्या मंदिरात जो पूजासाहित्य लावले.

मोडीवर सीनेरी आरसा घेऊन आपल्या काळ्याभीर केशकलापाची वेणी घालण्यात जिने नुकताच प्रवेश केला होता, त्या अमितेपुढ जाऊन तो उभी गहिलो. राणीला वंदन करून श्रीमती महालातून बाहेर पडली. युवरात्री म्हणून राजवाड्यात

विसर्लोस काय? महाराजांचीच तथी इच्छा आहे. त्यांच्या इच्छोवरुद्ध कोण केऊन जाईल, त्याला देहान्त प्रायश्चिताची शिक्षा ठेवण्यात आली आहे हे तू

.'—हाण्ड्रम ह्राप्त क्रिंफ ? छिग्छ

माँगं प्रवन ि तायवितां मुख्रे इन्होयार्याम लाग्न लिग्निकापक विनय्

श्रीमतीकड दृधी जाताच अमितेचे हात थरथर कापू लागले. तो किंचाळलो, .किडि किर्म

इथून चालती हो!" ''माइयावर कसलं संकट आणणार आहेस तू? जा! इथून जा आधी — या क्षणी

राजकुमारी शुक्ला आपल्या महालात खिडकीपाशी मावळणाऱ्या सूर्यप्रकाशात

एका अद्भुतरम्य प्रणयकथेचे पारायण करण्यात दंग झाली होतो.

आली व तिच्या कानांत कुजबुजली, ''साहसी पोरी, मृत्यूला मिठी मारायला इतकी मांडोवरून तो प्रणयकथा गळून खाली पडली. ती थरथर कापत श्रीमतीच्या जवळ हातात पूजासाहित्य घेऊन आलेली श्रीमती पाहताच ती दचकली. तिच्या

अधीर का झाली आहेस?"

श्रीमती महालामहालाच्या दरवाजांतून जाऊ लागली. आपले मस्तक उंच

लावून घेतले, कुणी तिला शिव्याशाप द्यायला सुरुवात केली. क्राण महालाचे द्वायच्या आधीच आपल्या महालाचे द्वायच्या थाडकन भगवान बुद्धाच्या पूजेचा पवित्र समय जवळ येत चालला आहे. चला-चला!"

करून ती उच्च स्वराने म्हणत होती, "राजधराण्यातल्या स्त्रियांनो, चला, घाई करा.

वसकेनासा झाला. मावळत्या सूयीचा शेवटचा किरण राजवाद्याच्या बुरुजाच्या तेजस्वो कळसावर

बुद्धाच्या देवालयाकड पाहिले. त्यांचा आपल्या डोळ्यांवर विश्वासच बसेना! घनदार कोळीखात चादण्या चमकू लागल्या. राजवाड्यातल्या उद्यानाच्या पहारकऱ्यांनी लागली. एखाद्या गढूळ सरीवराप्रमाणे भासणाऱ्या त्या पावसाळी सायंकाळच्या झाला. सायंकाळच्या प्राथनेची वेळ झाली हे शिवमंदिरातली घंटा खणखणून सांगू रस्त्यारस्त्यातरत्या कोपऱ्यावर दार छाथा पसरत्या. नगरीतत्या कोलाहत्त शात

१०। इंदर्शनील

ग्रीगड शाम्द्रनिष

नीरांजनातली ज्योती रात्रीच्या थ्रांत एकान्तात अनंतातल्या तारकांत विलोन झाली! लाल लाल होऊन गेले! आणि त्या मंदिरात श्रीमतीने बुद्धदेवापुढे ठेवलेल्या दासी- त्याची नम्र सीवका!"

आपल्या तलवारी उपसून ते बुद्धमंदिराकड धावत गेले.

भ्राधित किया भिक्तपूर्ण हदयातत्या रक्ताने ते पंडरेशुभ्र संगमरवरी मंदिर एका मंजुळ स्वराने त्यांना उत्तर दिले, ''मी श्रीमती आहे- भगवान बुद्धाची

"मरणाची पवी नसलेला कोण मूर्ख मनुष्य आहे हा?" असे ओरडतच नुक्षराजीमधूनही त्यां मंदिरात प्रशांतपण अत्मलेली दीपमाला त्यांना दिसली.

ஒழ் கொகநாசரிர

परिचय

क्ति विणित्त किए द्वास क्रिमाकि हिर ओळख होते तेव्हा कुठे आपत्याला कथेच्या प्रारंभीचे पारिजातकाचे झाड बिन्हाडातत्या अबोत, व्यवस्थित आणि हसतमुख मंडळीशी आपली वाड्यात कृष्णाराव नावाच्या गरीव मनुष्याचे कुटुंब राहायला येते. त्या हे आपत्याला नक्की मुळीच कळत नाही. पुढे गोधीतत्या 'मी'च्या घातलेली मोहिनी, इत्यादी गोधी वाचताना लेखकाचा रोख कशावर आहे हाड, त्या झाडाच्या नाजूक फुलांनी आपल्या सुगंधाने कथेतल्या 'मी'ला तशी वारते. बोळातत्या कोपऱ्यावर केराच्या पेटीशेजारी दिसणारे पारिजातकाच उर्घ तारं हिसियेषू एष्टिविता या: या वित्र क्रिया पूर्विधिया पूर्विधिया हिस कथानक मुळीच नाही. एखादा लघुनिबंधकार आपल्या स्वेर विचारांच्या सामध्याची द्यातक आहे असे म्हणता येईल. या गोथिला बंदिस्त असे पेलू आहे. 'पारिजातकाची फुल' हो गाष्ट त्यांच्या या तिसऱ्या प्रकारच्या आहेत. पण या दोन गुणांशिवाय त्यांच्या लेखनशक्तीचा आणखी एक अनेक नव्या गोष्टींचा उपहास हे य. गी. जोश्यांच्या भात्यातले प्रमुख बाण भावनांचा रसाळपणाने केलेला उठाव आणि स्वतःला न आवडणाऱ्या गोशित मोठ्या सरसतेने आविष्कार केला आहे. सर्वेपरिचित कोटुंबिक जिल्हाळा, आजीचे वात्मत्य इत्यादी लोकप्रिय भावनांचा त्यांनी अशा गोशित चित्रित झाले आहे. आईची माथा, बहिणांचे प्रेम, भावजङ्चा असल्यामुळ ए। भारताह व गेरसमजांचे होगारे निराकरण त्यांच्या अनेक उक्न के अधिक सिर्भार मार्थित कुठल्याही गार्थिपक्षा अधिक विकट लघुकथालेखक म्हणून प्रमिद्धीला आले. मध्यमवर्गातले कौटुंबिक कलह भिष्म भार हो भार से मुह्म हो सरस कोई कि मार्थ सिह्न य. गा. जोशी

हिंग ,रिगाण्डे असूनही तोडावरले हमू क्षणभरमुद्धा न मावळू देणारी, सहा स्पयांच्या भाड्याच्या बिन्हाडात राहत असूनही अधोग्रहर आनंदी दिसणारी,

ज़िला आहे. अतिरंजित आविष्कार न करताहो या गोष्टीत लेखकाने गोडवा निर्माण तत्वज्ञान आहे. त्यामुळेच कुठल्याही भावनेचा कृत्रिम, सांकेतिक किंवा केल गेलेले या कथेतले तत्त्वज्ञान दुबळे किंवा दैववादी नाही. ते अंतर्मुखतेचे निर्माण करून घेऊ शकतो, हे कृष्णरावाच्या कुटुंबाच्या चित्रणातून सीचत छप्त डितिष्टिग्रिप लङ्गतीर ित रत लर्मर मिथ्मे ागीर रिक्वि म्हणजे सुखाचा खरा झरा माणसाच्या मनात असतो ही होय. त्याचे मन कारण त्यांनी आपल्या वर्तनाने एक गोष्ट सिद्ध करून दाखिविली आहे. ती भेटाबीत, ती आपल्या अगदी जवळ यावीत, असे मनाला वारू लागते. पुष्कळ असावीत. त्यातली थोडीफार आपल्याला आयुष्याच्या प्रवासात लांच्यापाशी असलेली समाधानाची संपत्ती ही होय. अशी माणसे जगात त्यांच्या एका गोष्टीचा आपल्याला अगदी हेवा वारतो. तो गोष्ट म्हणजे गुण त्यांच्या दिकाणी आपत्याता आढळणार नाही. पण असे असूनहो अनार कर्तृत्व नसेल! जगाला चिकत करून सोडणारा कोगताही आपण विसरू शकत नाही. ही माणसे मोठी बुद्धवान नसतील, त्यांच्या लान्याइतकीच समंजस व संयमी असलेली त्याची बायकामुले यांना कारकुनी करीत असूनही हसतमुखाने कालक्रमण करणारा कृष्णाराव आणि साधण्याचे कुशल कथालेखकाचे जे एक कसब असते ते या गोथित आहे. दोन परस्परविरोधी चित्रे एकमेकांशेजारी ठेवून विशिष्ट परिणाम मनात जे विचार उत्पन्न होतात त्यांनीच या कथेचा मुख्य भाग व्यापला चोवीस पास चिरचिर करणाऱ्या आयुष्यक्रमाशी तुलना करून या 'मी'च्या लानी स्वतःच्या आणि इतरांच्या अकारण असंतुष्ट व लहानसहान कारणासाठी काळातले त्या कुटुंबातत्या मंडळीचे आनंदी जीवन पाहून आणि साहिजकच त्या कुटुंबातली मंडळी घरमालकाचा निरोप घेऊन निधून जातात. या नोकरी जाते. तो गेल्यावर सहा महिन्यांनी त्याला परगावी नोकरी मिळते. कृष्णरावाचे कुटुंब गोष्टीतत्था 'मी'च्या वाड्यात राहायला येते. पुढे कृष्णरावाची आत्मा आहे. गोधीत प्रत्यक्ष असे काय घडते? काहीच नाही. प्रथम समाधानी वृत्तीच लेखकान समरसतेन केलेल वर्णन हाच या कथेचा मंडळी ही या गोष्टीतली खरीखुरी पारिजातकाची फुले होत. या कुरुंबाच्या होत आहे असे एका शब्दानेसुद्धा दुसऱ्याला न सांगणारी या कुटुंबातली कुटुबातला कता पुरुष सहा महिने बेकार असूनही आपली काही कुचबणा

प्रत्येकाला अनुभव असेल असे जरी म्हणता येत नाही तरी माझा मात्र अनुभव

माइया मनाला कसली तरी हुरहुर लागते! आणि अशी हुरहुर लागली म्हणजेच असा आहे की, मनाला एखाद्या वेळी कमालीचा आनंद झाला, की त्याच वेळला

कितीही सुंदर घर बांधले तरी त्याला जशी बाहरची हवा आत येण्याकरिता माइया मानिसक आनंदाचा व्यास्य विकास होतो!

छिडक्या या हव्यातच, त्याप्रमाणे आनंदाच्या हवेल्यांना 'हुरहुर' वाटायला लावणाऱ्या

लहानपणी मी आपल्या विदलांना अत्यंत निष्धुर समजत असे, याला कारण किडक्या असल्या तरच त्या आनंदाला गंमत येते!

भागीदार व्हायला नको. मनाची एक हळवी तन्हा असावी. सुखाचेही साक्षीदार व्हायला नको आणि वियोगाचेही जायचे आणि यावरून मी त्यांना निष्ठुर समजत असे. पण आता वारते, ती त्यांच्या सासरी परगावी चालल्या, की माझे वडील त्यावेळी घरातून उठून हमखास बाहेर मात्र अत्यंत क्षुल्लक होते. माझ्या बहिणी सासरहून माहेरी आल्या किवा माहेरून

नहीं. त्याप्रमाणेच माझे झाले होते. माझे वय आज सुमारे चाळीस वर्षोंचे होते. संव मुकेच्या पहिल्या तोडी जो अन्नाला गोडी असते तो अर्थे जेवण झाल्यावर गहत

मनात एखाधा वेळी आपले आयुष्य आता उतरणीला लागले आहे अशीही मनात सहवास मला अधाप हवासा वाटत होता तरी त्यातील नावीन्य नाहीसे झालेले होते. तन्हेच्या सांसारिक सुखाशी माझा परिचय झाला होता. जरी त्या सवे सुखाचा

नुकतेच मी आपल्या थोरल्या मुलीचे लग्न केले होते. त्यावेळलाही मनाला कल्पना येऊन जाई आणि मनाला हुरहुर लागे.

आनंद वारला, पण सहज मनात अशी कल्पना आली—

सुमारे सतरा-अठरा वर्षापूर्वीची गोष्ट. ज्या समारंभाने मी आपल्या मुलीचे आज !ज्ञार तज्ञ नतेवारम ।तास नाम्न कि।मीम मि छः:कृष्ट्र कि कि वि।मपाम्न वासव एखादा दोग फिळाला गुंहाळावा आणा दोग एप गुंहाळावा अन्हा उत्पादीय

मुलीचे कन्यादान करवानाही माझ्या आजच्या भूमिकेचे महत्त्वही मला अलीकिक स्वतःची भूमिका मी अलीकिक अभिमानास्पद् समजत होतो आणि आज स्वतःच्या मोठेपणाची कल्पना काही और असते. त्यावेळला कन्यादान घेताना त्यावेळची माझी घेतले - जिला मी आज अभिमानाने आपली अधींगी समजतो. पण मनुष्याची कत्यादान केले, तशाच समारंभाने सतरा-अठरा वर्षांपूर्वी मी एका मुलीचे दान

त्वाद्या सास्याला- वर्ष्मीत्याला- वर्ष्मीत्याला- वर्ष्मात्राला- प्रवाद्या लावेळला स्वतःला सर्व मुखाचा राज्याभिषेक होत आहे अशा थाराने माझी जारत होते व आहे.

भरजीसारख्याच योग्यतेने मी पाहत होती!

आज संसारी तपस्वी समजत होतो! आणि त्या तपस्वाच्या थारातच मी आपले जाऊन एखादा तपस्वी ज्याप्रमाणे सूयीला अध्येदान देतो त्याप्रमाणे मी स्वतःला बदलली! आज मला वारत होते, सुंदर वनश्रीने नरलेल्या एखाधा उंच डोगरावर पण आज वर्धीपता हो भूमिका मला स्वतःला प्राप्त होताच माझी कल्पना

.ह्राप्ट केले आहे.

माइया घरातील लग्नसमारंभ पार पडला होता. पाहुण मंडळी निघून गेली होती.

वेक संध्याकाळची होती. पुन्हा सर्वे स्थिरस्थावर झाले.

मुलीला हाक मारून मागितली. पण लगेच लक्षात आले की, ती आता घरी नाही नेहमीच्या सरावाप्रमाणे मला एक कसलीथी जित्रस पाहिजे होती. ती मी माइ्या

काही वेळानंतर नि:शब्दपणाने वावरत अम्हि आपले जेवण उरकले. मनाच्या त्या आता मला काहीच नको होते. आम्ही एकमेकांकड पाहून विरागीपणाने हसलो. माइसा बायकोने विचारले, ''काय पाहिजे?'' — आजपर्यंत माइया घरात वाहणारा तो जोवनीय दुसऱ्या वारेला लागला आहे.

होतो. तीनच्या सुमारास मी परत घराकड वळलो. घर जवळ आले तेव्हा हातातील रात्रीचा नवाचा सुमार होता. तेव्हापासून रात्री दोन-अडीच वाजेपयँत मी भरकत गडि उदासीनतेतच मी अंगात कपड चढविले, हातात काठी घेतली आणि बाहेर पडलो.

चांदण्याच्या जोडीला थोडी थंडीही पडली होतीच. काठीने सडकेशी खेळत, कधी काठी फिरवीत असा मी चालायला लागलो.

माझे घर थोडेसे आडबाजूला, पण बोळातच होते.

मला त्या विरोधी दृश्याची गोड गंमत वारली. खाली कचऱ्याची पेटी, वर भूले खाली पडत. म्हणून तो पुन्हा त्वेषानेच एकदा फांदी हलवी; तरीही तोच प्रकार! अला ने नार्यात के हाड़ हाड़ हाकापाय हात है है। जिल्ले कि जे जा श्री जात कि जे जा है। महज वर नजर गेली. फुलांचा शेला पांकलन पारिजातकाचे झाड डोलाने उमे होते त्या पेटीत व तिच्या सभीवताली पारिजातकाच्या फुलांचा तुरळक सडा पडला होता. मूर्य काहे जाहे ते मी पाहू लागलो. श्रेजारीच कोपऱ्यावर केराची पेटी होती आणि -र्ज़ कनर जाहान निर्मात स्थान के अद्भय, मधुर सुवासाना निर्मा के कार्र मुवासाना निर्मा के कार्य सुवासाना निर्मा मुपेम नास्थान उत्प्रकाश पाहन जस आपण सहज त्यान उगमस्थान म्हणून मधुर सुवासाने आजूबाजू दरवळून गेलेली मला आढळली. जमिनीवर पदलेला — जिलास्या कीपऱ्याशी आली तीच

केला तर लहान मुलांना फक्त मेहनत होते, पण तो म्हातारी काही त्यांच्या हाती कसलीच कल्पना येक शकत नव्हती. उडणारी कापसाची म्हातारी धरण्याचा हव्यास पारिजातकाचे झाड! मी त्या दृश्याने भारून गेलो होतो. त्यावेळी माझ्या डोक्यात

लागत नाही. म्हणून मी मनात विचार केला, नुसती ही आनंदाची झुळूक अनुभवायची!

पण रस्त्यातच मला असे किती वेळ उभे राहता येणार? हातातली काठी त्याबद्दलची मला काहीहो कल्पना आली नाही तरी चालेल.

खांधाच्या खुंटोवर अडकवून व खाली वाकत कविवये तांब्यांचे

कुस्करू नका ही सुमने!

अंजली भर्म अपिली।

णिव ग्रीत नीएड्स फिड़ी निप्नी

जाइजुई, बकुलहो जि हापि ।

हीहि असु देण कुस्करू नका ही सुमने!

.िागान करू लागलो. हे काव्यचरण गुणगुणत मी ती कचऱ्याच्या पेटीजवळची पारिजातकाची फुले

जाता घरी परतरतो. ती फुले टेबलावर ठेवली आणि त्याकडे पाहत खुचीवर बसलो

दुसऱ्या दिवशी सकाळी मी जो जागा झालो तो वाड्यात दोन बिन्हाडकरूमध्ये आणि तसाच गुंगलो.

क्राक्रमाथामम मिलगंम कियो निष्ठे मिलाहे मिला मेर लिहीए सेर ग्योर्स होती. कोणाच्या कशाबद्दल तरी काही कारणामुळ नेहमी तक्रारी चाललेल्या असायच्याच. चललेला भांडामेंडीमुळे! माझ्या वाड्यात असलेली बिन्हाड जरा तन्हेवाईकच

होती तरी माइया घरात शांतता यथातथाच असे. काहीतरी कुरकुर-धुसफूस ही असायचीच.

माझा स्वभाव अत्यंत शांत होता. चूक कुणाचीही असी, माझी आपली पडते नेच शेजारीपाजारी म्हणून मीही आहे त्या स्थितीत आनंद मानून होती.

मी मात्र माझ्याभोवती असलेल्या प्रत्येक व्यक्तीला पूर्णापणे ओळखून होतो. प्रत्यक्ष माइया बायकोलायुद्धा फारसा समजलेला नव्हता, मग इतरांची कथा काय? मला अजागळ समजे. कोगी भेकड समजे. माइ्या हृद्यातला जळजळीतपणा व्यायची तथारी असायची. पण या माइया वागणुकीचा अर्थ भलताच होई. कुणी

-ाण-।णम -तिमिम गिर्गेत विष्टि संगमरवरी होत आणि चुकून मी जर सलगीचा शब्द टाकला तर आपल्या कुचकेपणाची अशा प्रसंगाला सदाच तथारी! पण ते महात्मे मात्र कांम कांम झाल्यांतर पुन्हा माइयाकडे काही काम असले तर पुन्हा हिस्तदंती नमस्कार करायला लागत. माझी न्हांक प्रम ते तमस् तिवास में प्राप्ताय हैं. दे म्युतृष्ट समा साम-नास्य क्षिय ाणीह कि 5 तानम कि निमाग्सर एन हाम ि एत लिए न्युप्त गिसर ि एक मि ाणीर ड्रेड मार्गम महाफ, इंड १४६ मिक्ष रात्र फेकल महाफ रूप विविधितार है अशि होई काय— मी त्या व्यक्तीला त्याच्या खऱ्या स्वरूपत ओळखतो आहे,

आपल्या वाड्यात जमा करणे मला आवडत नव्हते. म्हणून माझी जागा अद्याप दुकानाच्या फळ्या लावून तेथ 'हेअर करिंग सलून', 'शू-मेकर' वगेर स्नेही-सोबती पिकिकीर कशीच करीत नव्हती. जास्त भाड्याच्या आश्रमे वारेल त्या ठिकाणी मला तर ते बिन्हाड माइया वाड्यात यायलाच पाहिज होते. मी भाड्याची एवढी ाणीर ज़िम गार्फ प्रिया प्रस्था महास जिस्हा कार्र हो है उस ज़िम जिस जार्स महिम जार्स हो है उस ज़िस ज़िस हो है उस ज़िस हो है उस है उस हो है उस है उस हो उस है उस हो उस है माइया मनात त्या दांपत्याविषयी लोभ उत्पन्न झाला होता. मला वारले, मी .एक मध्रं आहे या जाने ... ंचिंगाच प्र ह्राप्ट हाम भाक.

. किताय मिझीम एक्ष्मिन कितिया भेरीतच विलक्षण मोहिनी धातली.

पसंत पडली.

तो घराबाहेर पडला. दुपारी बायकोला आणून त्याने जागा दाखिवेली. जागा दोघांनाही म्पून पडली. ''घरी दाखवतो आणि मग सांगत आपल्याला काय ते.'' असे सांगून एक दिवस सुमारे तीस वर्षांचा इसम जागा पाहण्याकरिता आला. त्याला जागा आमच्या वाड्यातील बिन्हाडाची रिकामी झालेली जागा अद्याप रिकामीच होती. पारिजातकाची फुले नाहीशी झाली होती.

> माझी मुलगी सासरी गेली होतो. येऊ लागली. बिचारा पारिजातकही मला उदासीन भासू लागला!

लावले होते. पण हळूहळू पारिजातकाचा 'बहर' संपत आला. झाडावर फुले कमी इर्घ गालम -नार्येक मृत्यान -नार्येक मुगंधान- माजूक मुगंधान- मला वड साडाने मला वेड लावले होते. मी रात्री-बेरात्रेच उठून कोपऱ्यापर्यंत जाई आणा त्या मानेशाफवर मात्र 'गोड हुरहुरीची' एकच प्लेट लागत होती. त्यातच त्या पारिजातकाच्या यावे. त्यामुळ आमच्या फोनोश्राफला पुन्हा किल्ली दिल्याप्रमाणे व्हावे. गण आमच्या निम् किर्म प्रहाम नक्रम णिमप्राप्त जावतो आसप्रहून क्रम माइम मिन्स् दिवस विसर पडतोसा वाटावे तोच फोनोश्राफची किल्लो संपत्याबरोबर आपण मह किंक तिव्हान निर्मा सामित के महि हर्मुर अधाप कमी झालेली नव्हती. कथी नार जागा अद्याप रिकामीच होतो. मुलीच्या लग्नामुळ माइ्या मनाला-घराला-पत्नीला व

माइया वाड्यातील एक बिन्हाडकरू नुकतेच बिन्हाड सीडून गेले होते. तो द्राखिवता येणार्!

मनुष्यस्वभावाच्या असंख्य तन्हा असणार! तिचे सांगून, वर्णन करून किती आपली किमत याने आता बरोबर ओळखली हे जाणून ते तुमच्या पाया पडू लागतील. खुळखुळा करून टाकण्याचा प्रथत्न करतील. तुम्ही त्यांना लाशेची ठोकर उगारा— िष्ठक रूपते हे ,एक म्प्रथर विवायनाव निर्माण विवायना मन्त्रमधे प्रमाने

िमास ,िक नंड्रास । अशा विनि होने । इस । अधि । अभिन । - असले हलाहल मी पृष्कळ प्याली होतो आणि पचवूही शकत होतो! पुरुषपुरुषांमध्ये असे ठरले की, त्या नवीन बिन्हाडातला पुरुष 'माणूसघाणा मैक्टनाच कैरा आई धी: हाताला पारलीमुद्धा नाही आहे त्या बाईच्या!"

पुढे आठ-दहा दिवसांनी कुणालासा एक अलीकिक श्रीध लागला, ''अहो,

निहिम फिषठीलकडाइन्बे निविन भिरः "!(इ त्रज्ञारः निष्टिक् ठिमि भागम''

जोभया देत उठून बाहर यायची!

सहा-सार्डसहाच्या आतच व्हायचे की, ज्यावेळला इतर बिन्हाडांतील बायकामाणासे किकाम पिंगम व सामासांच्या अंधोक व पाणी भरण सकाको

बायकाबायकांत पहिली ओळख व्हायची म्हणजे नळावर अगर पाणी भरणयाच्या पहिण्याकरिता इतर बिन्हाडकरूना व माइ्या घरच्याही माणसांना टपून बसावे लागे!

असे चार-सहा दिवस गेले; पण या चार-सहा दिवसांतहो नव्या बिन्हाडातील माणसे

गप्प कशी बसली? वारले, नव्या बिन्हाडामुळे असेल ही फसवी शांतता!

वारले. अहो, तीन मुले म्हणजे माइ्या मुलावरून पाहता तीन गजराची घड्याळच! लागले गेले. आत माणसे आहेत ही चाहूलयुद्धा बाहेर लागेना! मला नवलच होते एवडोच काथ तो ये-जा. सर्व सामान आत्यानंतर त्यांच्या बिन्हाडाचे दार होते. सकाळपासून त्यांचे सामानसुमान पहिल्या बिन्हाडाहून आमच्या वाड्यात येत सहा महिन्यांचे होते. त्यांचे सामानसुमान बेताबाताचेच, पण आरोपशीर व व्यवस्थित किय अक्रा वर्षों होते आणि अगदी लहान मुलगा होता त्याचे वय फक्त माणसे एकंदर पाच. नवरा-बायको, एक मुलगी आणि दोन मुलगे. थोरली मुलगी

पहिल्या तारखेला तो मंडळी वाड्यात राहण्याकरिता आली. त्या कुटुंबात आणि ते पहिल्या तारखेपासून आमच्या वाड्यात राहायला येणार होते.

तो तारीख अष्टावीस होतो.

गृहस्थाला पावती दिली.

मागणयाची जरूर कथीच पडणार नाही." मी ते कबूल केले. भाडे घेतले. त्या नाही. महिना भरताच दहा तारखेच्या आत आपलं भाडं आपल्याकडे पोचतं होईल. महिना आहे म्हणून आगाऊ भाडं देत आहे. दर महिन्याला आगाऊ भाडं देता येणार

त्या गृहस्थाने ताबडतोब यहा रुपये माइ्या हातावर ठेवत म्हरले, ''पहिला .िठठेम

"जागा पसंत आहे ना तुम्हाला? या जानंवंहो भाडं सहा रुपयेच आहे." मी 'सहा रुपये!'' त्याने उत्तर दिले.

आपल्याला काय भाडं आहे?"

क्षिती तिज्ञार क्षित्रज्ञें, (रूप्रामवी ानांक्र विम नूण्ड्म धेन रुाष्ट्र विराह डाइन्बी रिकामी राहिलेली होती。 विचारांचा धुडगूस तिच्या ऐकिवात नसावा बहुतकरून! आणि शिवाय आनंदात? नाटक-मिनेमा नाही. आधीनक विचारांची झळ तिला लागलेली नपावी. स्रीस्वातंत्र्यविषथक आपली घरातत्या घरात सदा असायची. कथाकीतेन नाही, पुराण नाही— कथी त्या बिन्हाडातल्या माऊलीचे नाव होते यशोदाबाई!

कुर्णोतरी याथचे.

निमिन्ने एक्ष्मे-ठार कविन्त .सेन डितार-तर स्प्रम पिक् इकाष्ट्रांन कथी ऐकायला यायचा नाही!

आणि त्या अगदी लहान सहा महिन्यांच्या मुलालासुद्धा! बेटा गुलाम रडताना सदा हसण्याचे कुणी शिकविले त्यांना?

कुठला आनंद पैदा केला त्यांनी एवढा?

सर्वोच्या तोडावर कायम छापाचे 'स्मितहास्य' नेहमीचेच असे.

त्या बिन्हाडातत्या मागसांच्या चेहऱ्यावरहो एक आश्चर्यकारक गंमत होतो.

.ज्ञाह ज्यशी मुले लाभणे हे मोठे नशीबच आहे.

कुणाच्या घरी जायचीच नाहीत. मुहाम बोलावून नेली तरी खाण्याच पदार्थ घ्यायची गस्त घालीत सुरायचे, अश्री गीत असते. पण त्या बिन्हाडातली मुले अगोदर मारीत घरी न्यायचे किंवा 'हं, त्याच्या हातावर काही खायला देऊ नका हं" म्हणून आईने अगर मोठ्या बहिणीने धावत धावत यायचे व मुलाला रागवायचे — त्याला तर सहजच मुलाच्याही हातात खाऊ ठेवतातच. एवढे झाल्यानंतर मग त्या मुलाच्या आपले लहान मूल अगोदर दुसऱ्याच्या घरी जाऊ घायचे. तिथे कोणी खात असेल आईबापांच्या नजरेच्या थाकात होती. नाहीतर पुष्कळ ठिकाणी आपण पाहतोच —

पण त्या बिन्हाडातत्या मुलांची स्थिती तथी नव्हती. तो लहान मुलेही आणि त्यामुळ एखाद्या वेळी अभिमानही सोडावा लागतो.

बालसृष्टी! आपपरभाव अजिबात नाही आणि बालहर्षृषुढे कुणालाही नमावेच लागते नहान मुले आली की, केव्हातरी अभिमान सोडाथची वेळ घेते. अहो, बोलूनचालून मोठ्या माणसांचाच संसार असला तर अभिमान चालवता येतो, पण संसारात

बरे, मोठ्या माणसांचे राहो, लहान मुलेसुद्धा?

ही माणासे इतको बिनबोलको कशो?

र् कितिहर काक पित नज्ञास् आपीची रे

पण माझ्या मनात मात्र माणसाविषयी एक अभिनव कुतूहल निर्माण झाले होते. आपापले मत बनवीत होता.

बाजूला राहायला जायला पाहिजे होते,' अशा तन्हेन जो तो नवीन बिन्हाडकरूबहुल घेतली? गावाबाहेर एखादा स्वतंत्र बंगला तरी घ्यायचा होता किंवा स्पशानाच्या आहे! माणसांत मिसळाथला नको. मग अथी भरलेल्या वाड्यात कशाला जागा

काय अलीकिक आत्मसंयमन हैं! पैशाच्या बाबतीत माझे जीवन सुखी होते. पण खरे सुख मला त्यात कथीच लाभले नाही. अगोदर कोणत्याही गोष्टीत माझ्या घरात एकमत व्हायलाच कठीण चित्र — कथी त्यांच्यातच व्यक्तिस्वातंत्र्याचा प्रश्न उद्भवे. नाना तन्हा! आमचे

मीजको उत्तरी मी आश्चरीने थक्कच होहै।

महान्या प्रमाति । हिंस अधक्रता आहे , शक्य नाही । मोजक्या प्रश्नांवर

पावसाळा, हिवाळा येऊन गेला. पण त्या ह्यात एकसारखा वसंतकालच दिसत होता. भे म्हरले, 'किजी आदर्श जीवन आहे हे?' पण मला ते कसे मिळविता येणाए? में म्हरले, 'कंश', 'बंर', 'तमेच' वर्गेर शब्दच

प्रिकाश्ता मिळाल्या नाहीत! मला वाटते, काय विना माणासे! मुखदु:खाल्या समारेषेवरचे रखवालदार का आहेत हैं? कसे यांना जमते हें सगळे? किती जन्मांची तिष्ठी में मुक्कु मिल-नाथाम तिष्ठी इने अनंदि, इने माथान नेवि हिने माथान प्रिक्ति स्था आणि? सिंगि हिने प्रिक्त प्राचित्र का प्रिक्त माथि स्थाप सिंगि स्थाप सिंगि सिंगी सिंगि सिंग

स्वदेशीचे अगदी कहें पुरस्कतें दिसता?'' उत्तर देण्याच्या ऐवजी तो फक्त हसलाच! आणि फक्त एकच वाक्य बोलला,

मुस! आगेग्याचे व नियमितपणाचे मूर्तिमंत देशीन! तो कथी वादविवाद कगेत में। मामा क्षेप्र फातिक होते चंदित क्षेप्र पण क्षेप्र मामाम क्षेप्र क्षेप्

- क्लाधार उत्पन्न झालेले केलेले नक्लो! माधानाम् आनेदाची प्रतिमा! समाधानाची मानेदाची प्रतिमा! समाधानाची
- प्राक्षाधा .तिइ स्पिने नेविन नेविन नेविन होते. शास्त्राधा किने नेविन क्ष्या होते. शास्त्राधार किने नेविन क्ष्या होते किने किने क्ष्या होते होते.
- थिक ਜਿਾਂਲਾ ਡਕੂ ਸ-ਨੀਮ , ਨਿਲਸ ਨਿਨਕੰ ਸਦਰ ਪਿਕ ਚਾਂਲਾ , ਨਿਲਸ ਨਿਨਿਡਾਰ — 'ਗਿਰਡਾਰ ਫ਼ਿਕ ਨਿ ਰ ਨਿਨਸ਼ੇ' ਓਪਾੜਾ ਓਪਾਜ਼ਿ ਨਾਲਣਿ । ਨਿਲਸ ਨਿਨਾਗੁਣ ਸਿਕਾਸਥਾ ਨਿੱਤ ਡੀਪਾਟ ਸ਼ਤੇਲ ਵਿੱਧਤ ਵਿਸ਼ਾਧ ਸ਼ਤਾਬਾ ਸਤਾਬ

हेंदू असून? स्त्री असून? काय आश्चर्य आहे! आणि तिची मुत्ते? अहाहा! जशी टवटवीत फुले! नाजूकपणाच्या अथिने नव्हे को सा! सतेजपणाच्या दृष्टीने, आणाखी तब्येतीने उणाडणीता! एरवी असा हसरा

५०। इंद्रधर्मेख

नामाण आमचे मुख परावलंबी होते! आम्ही मुखी आहोत म्हणून आम्हाला कामि पिन्नोक महर मरुरी विष्य है। इस विषय है। हि पिन्न प्रति पिन्न प्रति कि पिन्न कि पिन्न कि पिन्न कि पिन्न कि उसासे। या माइया जीवनातही वेचित्र आहे, सुखाभास आहे; पण खरे सुख नाहो। नाललेली आणि दावे तोडण्याच्या तथारीत असलेली. नेहमीच थावपळ आणि अंतःकरणाच्या गोठ्यात सुखाने सावलीला बसलेली क्वनित आढळे. नेहमी हिसकाफिसक जीवन बीद्धिक व वादविवादात्मक होते, त्यामुळ आमच्या सुखाची गाय आमच्या

मूळचे सींदर्य नसलेल्या एखाद्या नरव्या स्त्रीने अलंकारारहित, पण खऱ्या किंद्र जागल नागम म्ड्रगस्ट

फुले! विलायती सेन्ट्स! अंतरीचा युवास त्यात दरवळत नव्हता, ते साचिवलेले वादविवादाच्या खोलीतच लावलेली होती, पण—पण तो सर्व देखावा. कागदाची पाट्या होत्या! 'असे शांतता ज्या घरी, तेथे लक्ष्मी वास करी!' ही पाटी तर आमच्या होते! माइया घरात सुखाचे, विलासाचे देखावे होते. 'वेल कम - सुस्वागतम्'च्या लाइ ह्राम णिमपान, तिगल ज्राप निरम्भ तनिकी ,नाणभीभी तिनिकी इकि

अशात दोन-तोन महिने गेले. एक दिवस कृष्णराव - तो सुखी माणूस- दुपारी त्यामुळ मला त्या बिन्हाडकरूचा सात्त्विक हेवा वारू लागला! पाणी होते — त्या पाण्यात जिवंतपणा नव्हता.

घरीच दिसला म्हणून मी सहज विचारले, "काय हो कृष्णराव, आज घरीचसे?"

ते ऐकून मला खरे वाईर वारले, पण किंचितसा आनंद झाला. त्यांनी हसत हसत उत्तर दिले. ''नोकरी सुरली आजपासून!''

आता याच्या जीवनात मला काहीतरी चलबिचल पाहायला सापडल!

मी त्या पारिजातकाच्या झाडाला अलीकडे विसरलोच होतो!

सापडत होते. पडला होता की, ऑफिसच्या वेळला कृष्णपाव जे घरात नसाथचे ते आता घरीच महिने गेले असेच, पण त्यांचे जीवन पूर्वीसारखेच चालले होते. फरक एवढाच पण त्यांच्या आयुष्यात चलबिचल पाहण्याचा योग मला आला नाही! सहा

एखाद्या पदार्थांची वाण दिसली नाही. यायचे ते सामान वेळवर येत होते. किंवी पिह , पिडांभ ज़िल ताप्र पित किंप मिकरी थांडण, जाही महिल

आला नाहीं! मी मनात म्हणे, ''काय अद्भुत जादू आहे या गृहस्थाजवळ! कोणता महान्यांत एकही गृहस्थ त्यांच्याकडे पैसे मागायला अगर उधारवसुलीला

त्यांना कोणता कल्पवृक्ष सापडला आहे याचा शोध मला लागला नाही, पण कल्पवृक्ष सापडला आहे यांना?"

माइसा घरायया कत्सवृक्ष व्यवकरच माइसा धार्यून यागार ध्रोयाः

तारा भी अधी

वेचून आणीत असतो!

धरातला पारिजातक गेला आणा हा फुलला!" अजूनही वेड्यासारखी त्या पारिजातकाची रस्त्थात पडणारी फुले मी रोज नेमाने

पूर्वीचे पारिजातकाचे झाड माइया दृष्टीस पडले. त्या पारिजातकाच्या झाडाला आता बहर आलेला होता. मी म्हरले, ''माझ्या

मा मान लामुक अपरच उदासीन झालो! किएक प्राचि अर्थाने इझीचेअरवर विचार किरोत

iििर

, इकाष्यांभ मि : तिड्म महत्व केंद्रे - किंद्रे केंद्र महत्व माह्या भारतावाई महत्व में सहस्य केंद्रे - किंद्रे महत्व महत

सद्गृहस्थाच्या चेहऱ्यावर काहीच चलिचल नव्हती. ठरत्याप्रमाणे त्या महिन्याअखर तो गृहस्थ जागा सीडून गेला. जाताना कृष्णरावांची

पहिल्या तारखेला जागा खाली करणार आहे.'' मी आश्वरीने थक्क होऊन त्याच्या चेहऱ्याकडे पाहत राहिलो! पण त्या

मायेचा वार्सा

परिचय

गोमंतकाच्या पार्श्वभूमीवर आधारलेली लक्ष्मणराव सरदेसाई यांची हो विकाय नामंतकाच्या पार्श्वभूमीवर आधारलेली लक्ष्मणराव सरदेसाई यांची हो एका क्ष्मण्या आहे. एका काविक्य व विज्ञण या दोन्ही दृष्टींनी मीठी वेशिष्ट्यपूर्ण आहे. एका काविक्या या दोन्ही दृष्टींनी मीठी वेशिष्ट्यपूर्ण आहे हो! थरणीमातेवर आविक्याना मेहनत करून तिथं आईपेश्वाही अधिक प्रेम करणाच्या, प्रका जिवंत माणसाची काविक असि अमत्याच्या, एका जिवंत मनाच्या माणसाच काव्याची आव्य असित, कुणाचा विज्ञकलेचा नाद असितो, कुणाचा स्थमावतः काव्याची आव्य असितो, कुणाचा मनात ज्ञानलालसा इतको प्रबळ असित नाही. संगीताकड ओहा असतो, एखाद्याच्या मनात ज्ञानलालसा इतको प्रबळ असते को, त्या आनंदापुढे तो अत्रराविक्य दारिद्याची पर्वा करते. पण ते वाकोरीतून जाणार का अश्वास सि लोकांची वेद्यात गणना करते. पण ते वेदि नसतातः आविष्यीचे प्रेम ही त्याच्या जोवनातलो अलुक्तर भावना आहे. तो जामनीविषयीचे प्रेम ही त्याच्या जोवनातलो अलुक्तर भावना आहे. तो सिताना च आपला ता करते हो त्याच्या जोवनातलो अलुक्तर भावना आहे. तो व्यानसा असि वात्या असि वात्या असि वात्या असि वात्या करते। स्थान च आपला वात्या असि वात्या असि वात्या करते। इत्यान वात्राहे क्षांचा असि वात्या असि वात्या असि वात्या करते। स्थान वात्या असि वात्या वात्या असि वात्या वात्या

माजायला कुणाला फावत होते?'' आईबापांचे वात्सल्य, भावाबहिणोंची माथा, पतिपत्नीचे भ्रेम, मित्रामित्रांचा

जिव्हाळा, इत्यादी भावना वाड्मथात नेहमी रंगील्या जातात. तेजिकंत क्ष्मिक्या नातात. तेजिकंत क्ष्मिक्या स्वाता क्षिया असल्यामिक आपल्याला त्या भावना कावात क्ष्मिक्या स्वाता क्ष्मिक्या स्वाता कावात काव्या क्ष्मिक्या स्वाता कावात काव्या क्ष्मिक्या क्ष्मिक्या स्वाता काव्या कर्ता काव्या कर्ता काव्या कर्ता काव्या कर्ता काव्या कर्ता काव्या क्ष्मिक्या क्ष्या क्ष्या क्ष्या क्ष्या क्ष्या क्ष्या

पि जिनागोंस निल्म भेस , आर तथावि कुणीति कुणीति काहे, असे मुलीने सांगीलिले. भे अपूर्व केलने नव्हती, पण तसाच बाहेर आलो. कुणीतिक कुळवाडी माझी फ्रज्या माझ्या माझ्या क्लिन वसिवण्याच्या इच्छेन तर आला नमेल ना, अय्री कल्पना माझ्या माझ्या निल्म केलने नेली.

प्रमाणात त्याच्या तोडावर झळकत होतो. ह्याने मला नमस्कार केला. मी त्याला आत आणून बसवीत विचारले,

"माय, कुटून आलात आपण? माइमकडे काही काम होतं का?" "मी आताच 'कुळ्या'हून आलो, अन् माझं काम तुमच्याकडेच आहे." "आपलं जेवण वगेरे झालं नसेल. आधी आपण जेवून घेऊ व नंतर सावकाश

बोलत बसू." "तसं नको. आपल्याकडे मला काही महत्त्वाचं बोलाथचं आहे. ते बोलल्याष्ट्रिवाय

र ८ । इंदर्शनैक्ष

,,येमज़ जमीन टाकाऊ रे कोण करंट असं म्हणत होते रे तुमची जमीन म्हणज तुमच्याकडून सुरुवातीलाच खंड घेणं मला बरं दिसत नाही."

कितीतरी कुळवाड्यांनी माझी जमीन टाकाऊ ठरवली होतो. त्याच जीमनोबद्दल मी आणांली, तरी मी माझ मोठच काव झाल अस समर्थन. तुमचा खंड मला नका आहं.

''हे पाहा भरजो, तुम्ही वर्षभर काही देऊ नका. तुम्ही जमीन नुसती लागवडीला ''हो. तुम्हाला मी दर वषीला खंड म्हणून काय देऊ ते सांगा.''

''अन् असं अपूनही तुम्ही तो जमीन वसवू इच्छिता?''

ं. ज्ञार क्रास्

नाही, पीक काढले तरी जनावरांची भीती आहे, या सगळ्या अडचणी मी पाहून ंहो. तिथे हिवतापाच प्राबल्य आहे, जवळपास पाणी नाही, लोकाचो वस्तो ,,मग पिश्रल्या अडचणी तुम्हाला माहीत झाल्या ना?),

आहे? आज दोन-तीन दिवस मी तुमच्या जमिनोचा अभ्यास करीत होतो."

"तसं कसं होईल? तुम्हाला वारतं का, की मी हा निश्चय उडत उडत केला कामाला लागाल, अनं थोड्याच दिवसांनी कंटाळून निघून जाल."

''पण तेथील अडचणी तुम्ही लक्षात घेतल्या आहेत का? नाहोतर आज नव्हतं, ते मला इथं मिळालं आहे."

''अगदी निश्चित! आज महिनाभर मी सगळीकड शोधीत होतो; पण जे मिळत ''तिथं पीक काढायचं तुम्ही निश्चित ठरवलं आहे काय?''

ांहान तहार हिन्दू हु हिनाह था।

। ज्ञार किन मांकि । स्पान मारा हे एए । किहिल मेरिले मारा हाणज्ञ नीम हो ।

,,कृष्णाबाबा, जीव ओवाळून राकावा तुमच्या जमिनोवरून! कितो आम्हो दुष्ट!

"तुम्हाला पसंत पडली आहे ना ती जमीन?"

धन्य की मी धन्य? माझे हृदय आनंदाने नाचू लागले! मी त्याला आवरीत म्हरले, नमिन । तिला हा इसम मागणी घालतो आहे आणि तीही सन्मानपूर्वक: माझी जमीन म्फूरिदायक वारले! लोकांनी नको म्हणून राकलेली माझी काळीसावळो गरीब अहाहा! आत्मविश्वासाने उच्चारलेले त्या कंगाल माणसाचे ते शब्द मला किती

"हो, तुमची जमीन मला हवी आहे."

"खरंच? तिची लागवड करण्याचा तुमचा विचार आहे वारतं?"

तुमची 'कुळ्या'ची जमीन आताच पाहून आलो.''

कराल अशो आशा वारत असल्यामुळे मी येथवर उपाशी चालत आलो आहे. "माझं काम... पण तसं पाहिलं तर, ते तुमचंहो काम आहे. तुम्हो ते खादोनं

"मग तसंच करू, बर् पण, आपले काम तर मला सांगा."

मला घास चालायचा नाही."

सीन्याची खाण आहे. जमीन ओळखायलादेखील भाग्य लागतं महाराजा! तुमच्या

ीईल." त्या सुपीक जमिनीचा फायदा घेऊन मी तुम्हाला काहीही देऊ नये हे कसं शक्य

"असं असेल तर तुम्हाला योग्य वाटेल ते मला द्या. पण काही न दिलं तरी

पुरवली तरी मी तुम्हाला धन्यवाद देइन." चालेल. जमीन चांगली लागवडीला यावी एवढीच माझी इच्छा! तेवढी तुम्ही

"या वर्षी मी तुम्हाला दोनशे रुपये देईन. जास्त दिले असते; परंतु नवीनच वर्षे

"माइया जिमनीला तुमच्यासारखा माणूस लाभणार हेच माझं भाग्य! तुम्ही असप्यामुळ सुरुवातीला बरंच काम करावं लागेल."

श्रकाल का रे " सांगा, इतक्या म्हातारपणी तुम्ही जमिनीच्या लागवडीसारखं कठीण काम करू देणार असलेले पैसे मी जमिनीच्या ऊर्जितावस्थेसाठीच मोडीन. पण मला एक

उरविणाए! पण माझं वेड ऐकून घेतल्यानंतर तुम्हाला खात्रीनं समाधान वाटेल. पुम्हाजा सवड आई का रे मी तुम्हाजा माझी योजना सांगणार होता. तुम्ही मला वेडा जिमनीची एका वर्षात मी चांगली बाग करून सीडीन! आज माइशबरोबर यायला एवढा परिणाम झालेला आहे! मला अजून वारतं की, तुमच्या त्या रखरखीत वाढवली, त्यांच्या जीवनाचा, त्यांच्या तारूपथाचा माइ्या मनावर, माइ्या देहावर गुज्यामुळ माइया घाक्तीला अर्जुन म्हातारपण नाही आले! जो झाड मी लावली अन् अंगी आहे. तुम्हाला आश्चर्य वाटेल, पण भूमातेच्या सात्रिष्यात माझा सगळा जन्म माझी साठी उलटली आहे, हे खरं; परंतु पंचवीस वर्षाच्या जवानाची हिंमत माइ्या ''तुम्हाला खरंच वारतं का, की मी म्हाताग्र आहे? माझे केस पिकले आहेत,

"हो, अवश्य येर्न. संध्याकाळव्या गाडीनं आपण जाऊ." कारण माइसाप्रमाणंच जमिनीची दुःखं तुम्हालाही कळतात."

माङ्याबरोबर जेवला. भरजीला आनंद झाला. आपली इच्छा पुरी होत असल्याचे पाहून तो समाधानाने

कबूल करून तिला मागणी घालतो काय, सगळच विचित्र! ठाऊकः त्या वेराण भूमीला भुलतो काय, अन् माइयाकड येऊन मला पैसे देण्याचे वसवण्याची बुद्धी कुणालाही झाली नाही आणि हा म्हातारा भटजी कुठचा कुणाला नमीन येणाऱ्या-जाणाऱ्या थोडथोडक्या इसमांनी का पाहिली असेल! पण तो आम्हाला तासभर लागणार होता. एवढ्या अवधीत आम्ही कितीतरी बोललो. माझी सीवडेच्या स्टेशनवर तोनच्या गाडीत आम्ही चढलो. 'कुळ्या'ला पोहोचायला

सांगण्यात भूषण असलं, तर ते सांगायचं ना?" "महाराज, माझ्यासारख्या दरिंद्रो माणसाचे नावगाव कशाला विचारता? नावगाव विचारतेंद्री मीडण्याकरिता मी म्हरले.

त्याने कनवरीला लावलेली तपिकरीची डबी काढून ती उघडली. एक चिमूर

किंग निव्हाळ्याच्या माझी सम्बंध येत आहे, नेव्हा माझी सम्प्र रितान करा कर । सहामुक्रीमं मोलक शिल्का मेरान स्थान स्थान हुन । "तसं कसं होईल? तुम्ही एवढ्या उत्पुकतेनं विचारता; मग तुमच्या मनाचा

भरून ती नाकात कोबली अन् नंतर तो म्हणाला,

"भटजी, तुमची इच्छा नसली तर सांगू नका."

हिकिकत तुम्हाला कळलेली बरी."

"भरजी, तुमचं नाव काय ते तुम्ही अजून सांगितलं नाही!" भरजीची होत्या. दूरवर मधेच समुद्रकिनाऱ्याचे एखादे दृश्य दिसून थोड्या वेळाने ते अदृश्य नडम निम प्रथमिन विस्तिम विस्तिम विस्तिम निर्मायस मार्ग प्रमाप्त मार्ग मार्ग प्रमाप्त मार्ग प्रमाप्त मार्ग प्रमाप्त मार्ग प्रमाप्त मार्ग मार्ग प्रमाप्त मार्ग मार्ग प्रमाप्त मार्ग प्रमाप्त मार्ग प्रमाप्त मार्ग प्रमाप्त मार्ग मार्ग प्रमाप्त मार्ग मार्ग प्रमाप्त मार्ग मार्ग प्रमाप्त मार्ग प्रमाप्त मार्ग प्रमाप्त मार्ग मार्ग मार्त मार्ग मार्ग

गाडी भयानक आवाज काढीत जात होती. पिकलेली शेते, पाण्याने भरलेल्या

, फिडम मि मूणुम , फिक्रम

आम्हाला उपाशी मारते...

"हो, माझे हे असंच होतं. या वयात आठवणच राहत नाहो. आता तुम्हाला "तुम्ही स्वतःसंबंधी काही सोगगार होता ना?"

भरजी पुढे बोलणार होता, पण स्वतःसंबंधी त्याने अजून काहोही सागितले

राखतात, ती त्यांना फळाला येते. आम्ही मात्र तिच्याशी प्रतारणा करतो, अन् ती एवढा दाणा घराच्या माळ्यावर बांधून ठेवलेला! जमिनीशी ते जो एकनिष्ठता अन् त्यांच्या त्या लहानग्या झीपड्यांतून केवडी सुबता! दीन-दीन वर्ष सहज पुरेल नाचणे, पाकळ, मिरची, संसाराला जे जे लागेल ते ते, ते डोगरमाध्यावर पिकवतात, जीमनीशिवाय ते आणखी कुणालाही ओळखत नाहीत. दिवसरात्र जीमनीची सेवा! गहिला त्याला जमीन उपाशी ठेवीत नाही. तुम्ही कुणबी लोकांना पाहिलं आहे का ? असू आणि निमिनी परीत असू. आज सगळोकडे रखरखार! निमिनोवर जो मनुष्य वर्षे लोटली असतील! तुम्ही-आम्ही बामण लोक पूर्वी स्वतःच्या हातांनी नागर धरीत माड भिकान्याप्रमाणे उभे आहेत. बिचान्यांच्या मुळांना कुदळ लागल्यास कितीतरी दिसतो. तुम्ही कुठल्याही भागातून फिरा. तुम्हाला काय दिसून येइल? बापुडवाण सीन्यासारख्या जिमनी पढंग टाकून परक्यांकड भिकेची याचना करीत असलेला कुणाला हवी? प्रत्येकाला सरकारी नोकरीची तळमळ! प्रत्येकजण घरच्या ''भूमातेची आम्हे लेकरें! पण तिला आता ओळखतो कोण? आता जमीन

माझी हिनान मानान अध्य प्रयोग प्रयोग कि हिना मनाची की हिना है। इस होते कि जिनाम मनानुष्य इस्ट बिर्गा क्रियाल स्थान कि छोते है।

उपडे होडा के बोडा के मिनान माना के उपड विपार अप्रिय आवार के वास पि के तशीय त्याच्या मनाची झाली असावी, कारण हिककत सांण्यास सुरुवात काच्या सूळचा आवार ताच्या अधिक के स्वान्त झाला; त्यावर त्याच्या

मानिसक कलहाचे प्रतिबंब पडले. तो सावकाश म्हणाला, "जमिनीच्या माथेचं मला बाळकडूच मिळालं होतं. पिढ्यान् पिढ्या आमच्या

विचारात आपल्या आयुष्याचे दिवस मोजायला कुणाला फावत होतं!" होतो? कुठल झाड कितो वाढल आहे, कुठ नवीन झाड लावल पाहिजे, या लहानमोठी सगळी मौजून घ्यावी! मी वाढत होतो पण माझी वाढ माइया लक्षात कुठं गदी दिसत नव्हती. एका टोकाला राहून नजर फेकली, म्हणजे कुळागरातील समांतर व व्यवस्थित लावली होती की, दर हाताला एक मूळ लाबूनही झाडांची वेगवेगळ्या थरांतून खेळवले होते. पीफळी, केळी, फणस वगेरे झाडं अशी काही चिमुकली तळी होती. डोगरावरून येणाऱ्या स्वच्छ पाण्याचे पार कुळागराच्या होते! तिथं कुगोही शिरलं की, तिथून हतू नये असं त्याला वाटावं! जिथं तिथं काही काही नकी होतं. दिवसरात्र एक- माझं कुळागर! माझं कुळागर पण किती सुंदर पंडित व्हावं. मला तो नको होती. जमिनीच्या वेडात मला धन, कीती, मोठेपणा, मिश्रुकी पत्करून मी शास्त्री-पंडित होऊ? ज्याला कीतीची आवड असेल, त्यानं वृत्तीचा मला तिरकारा होता. समीर आपलं कुळागर पसरलेलं असताना पोरासाठी चांगलं संस्कृत शिकून शास्त्री-पंडित व्हावं, अन् लोकांत नाव काढावं. पण असल्या शिक्षण नको होतं, मला भिक्षुकीची आवड नव्हती. आईची फार इच्छा, की मी आहेत, त्यांच्या घडांना किती केळी आहेत, हे सगळं मला ठाऊक होतं. मला केळी, पीफळी मी अगदी मीजून ठेवल्या होत्या आणि कोणकोणत्या केळी व्याल्या तुम्हाला खोटं वाटेल, पण गोष्ट खरी आहे. त्या मोठ्या कुळागरात लावलेल्या असताना मी त्यांच्या शेजारी उभा राहून मोठ्या उत्पुकतेनं सगळं पाहत असे. तेव्हापासून कुळागरात काम करीत असे. त्या वयातदेखील वडील काम करीत घराणयात जमिनीची सेवा करणयात आली होती. मी लहान चार वर्षांचा होतो

भि वयात आहं नामां माइया लगनां घाटू लागतं. आहं-बाबांनी लग्न भिगमाठी आग्रह चालविला, पण माइं समळं मन कुळागराच्या संमारात रमून गेलं होतं. त्या मायेत स्वाथीचा, फायधाचा अंशही नव्हता. निरपेक्ष ग्रीतिन केल्ला प्राति केवढी जादू भरली असते नाही? फायधातीट्याचे हिशेब मांदून माया करणारा इसम करंटाच नाही का? कुळागर मला पीशीत होतं, म्हणून लामाच्या पाण्यानं ती मुळ घिंगेत नव्हती. कुळागरानं मला पीसावं म्हणून मी माइ्या घामाच्या पाणयानं ती मुळ घिंगेत नव्हती. कुळागरानं मला पीसावं म्हणून मी माइया घामाच्या पाणयानं ती मुळ हिंगेतं

कुळागर उत्पन्न काय देतं, हा विचार माइया मनात मी केव्हाह्य केव हिला नाही मान केव्हा योफळीला नेमानं आणा कुळागराच्या कामाची वाण मला केव्हाच भासली नाही. पोफळीला नेमानं पाणी हैणां, पोफळी पाडणं, पोफळी पाडणं, पोफळी पाडणं, अश्री एक ना दोन, कितीतरी कामं चून झालेले घड कापून आणून ते पिकत घालणं, अश्री एक ना दोन, कितीतरी कामं मला नित्य करावी लागत आणा ही कामं करताना आयुष्याचे दिवस झरझर कसे मला नित्य करावी लागत आणा ही कामं करताना आयुष्याचे दिवस झरझर कसे निष्यून जात है मला कळत नव्हतं. बाहरेचं जग कसं आहे, अन् ते कसं बदलत आहे, समुद्ध होत आहे, याची मला जाणीव नव्हती. माझं कुळागर प्रत्यही वाहत आहे, समुद्ध होत आहे, अन् त्याबरोबर माइया घरात समुद्धी नांदत आहे एवढंच मला दिसत होतं.

जाऊन नष्ट होत! मसरलेलं का असेना! एका प्रेमाम्ळ जीवन फोफावून जातं! ते नसलं, तर ते शोषलं जीवनकेंद्र, तेच त्यांच्या स्फूर्तीचं निधान. मग त्या मुलांभीवती गरिबीनं आपलं जाळं अपिल्या सहवासात तो हसतात व टवटवीत होतात. आपलो माथा हेच त्याचं शानिकां जाएला माने , जापल्या मेमानं आपला बाळं जगतात आणि वाढतात! गिष्टीमुळ चेतना मिळते? अत्रपाण्यानं का? नाही. पोशाखानं? छ! ती तुम्हाला असं म्हणून ती हसतात, प्रसंगी रडतात, पुन्हा हसतात? त्यांच्या मनाला कोणत्या विचारा, तुझी मुलं कोणात्या आधारावर जगतात, वाढतात? त्यांना काथ मिळतं उद्रेक मला प्रतीत होत होते. तुम्हाला मुलंबाळ आहेत ना? त्यांच्या आहेला जाऊन माइयाकड बोलत होती. त्यांचे दुःखिनःश्वास मला कळत होते, त्यांचे समाथानाच राही. काय सांगू तुम्हाला महाराजा! तुम्हाला निजीव वाटणारी ही झार्ड मुक्या भाषेत असे. झाडावर नजर पडताच त्याची सगळी स्थिती जणूकाही माइया नजरेपुढं उभी पाहिन. कोणत्या झाडाला काय इजा झालेली आहे, ते मला अंतःस्फूर्तीनंच कळत केमज बोलतात, पण त्यांचे बोलणं कळण्याइतकं आपलं मन हळुवार बनलं बोलून दाखवता येत नाहीत अशी अभेकं काहीच का आपल्याला सांगत नाहीत? आपत्याकड बोलत नाहीत, असं का तुम्हाला वाटतं? ज्यांना आपली सुखदु:खं माइशाकडे बोलत होती. त्यांची मुखदुःखं मला कळत होती. पाळलेली जनावरं ज़िल जेतहें आहें। येन दिल्याशिवाय मिळत नसतं! माझी जानेन, माझी झाड ''तुम्हाला वाटेल, काय वेडा माणूस आहे हा! जिमनीवर, झाडावर कुणी असं

"तसंच जिमनें असतं महाराजा! चांगल्या खताच्या राशीत जो शक्ती नसते, तो आपल्या दृष्टीत असते, आपल्या प्रेमक स्पशीत असते. रोज तुम्ही झाडाच्या एका रोपाला हातानं स्पशे करा, नेशनं त्याला कुरवाळू लागा, तुमच्या सदिच्छेचं रोज त्याला स्नान घाला, म्हणजे तुम्हाला असं दिसून वेईल, को कोणात्या तरी अदृश्य शक्तीनं ते झाड प्रफुल्ल होत आहे, ते विलक्षण गतीनं वाढत आहे आणा तुम्हाला शक्तीनं ते झाड प्रफुल्ल होत आहे, ते विलक्षण गतीनं वाढत आहे आणा तुम्हाला असा मजेदार अनुभव वेईल, की त्याच्या विकासाबरोबर तुमच्या अंतर्गत शक्तीचा

भरजी एवव्ह्यावर थांबला. जे जे केचल, जे के स्फूरेल ते ते बोलून टाकावे होचज़ार तजा कार्य आनंदाचं क्षेत्र वाढत आहे..."

त्याच्या स्वभावातील प्रमुख सवय होती. त्यामुळे आपण काय बोलत आहो, अन्

"आई वारलो, वडील वारले, त्यांची फार इच्छा माझं लग्न व्हावं! पण कोठे वाहवत आहो थाचे त्याला भान नव्हते.

ह अनेनेषठ ज़िक ठाक्षम एलमार कि लिग्रह म गीए छड़म ठाठा हाजापक् झाला. एखाद्या आजारात मी वारली तर, माइ्या कुळागराचं काय होईल, ते माझी सेवा करायला माइयाशिवाय कुणोही नव्हतं, हाच विचार मला अधिक जाचक लग्न का करायचं? जमिनीची सेवा चालूच होती. एक दिवस मी आजारी पडलो. बायकोची तळमळ अशी मला वीस-बावीस वर्षाच्या वयापयंत लागलीच नाही. मग

कुणाच्या हातात जाईल, याची मला काळजी लागून राहिली होती.

आपण मुलाबाळांच्या हृद्यात अखंड तेवत ठेवायला नको का?" क्रिक्त हा भक्तीचा वारसाही अमर राहिला. भूमीच्या प्रेमाची ही ज्योत कुणास ठाऊक: ते मरून गेले, पण त्यांनी ठेवलेली ही भूमी अमर राहिली अन् भूवेजान होम क्रम पिक्स असपी होन के हो। किया असपी असपी हो। माझा ध्यास, हे माझं प्रेम त्यांना मिरास म्हणून ठेवता आली पाहिजेत. माझ्या व मला मुलं झाली पाहिजेत. अन् त्यांना मला दुसरं काहीही देता न आलं, तरी हा प्रेम आहे, जी भक्ती आहे, त्या भक्तीच्या साम्राज्यातच माझी बायको वाढली पाहिज "नाही. माइया कुळागरासाठीच मला लग्न केलं पाहिजे. कुळागरावर माझं जे

हालं, गण माझं कुळागर त्यापेक्षाही समृद्ध झालं. अन् सगळ्या गोमंतकात माङ्या "हे विचार मनात आणूनच मी लग्न केलं. मुलंबाळ होऊन माझं घर समृद्ध

ओदाथीचे, प्रेमळपणाचं माझं कुळागर हे दृश्यस्वरूपच होतं. जमाना म्हणजे काय कुळागरासारखं कुळागर सापडायचं नाही, असे जो तो म्हणे. मातृभूमीच्या मोठेपणाचं,

"अशा या निरपेक्ष, एकनिष्ठ सेवेत माइ्या आयुष्याची साठ वर्षं निघून गेली. चीज आहे, हे तुम्हाला माझं कुळागर पाहिल्याशिवाय कळणं शक्य नव्हतं.

"एक दिवस मला सरकारतर्फे कळवण्यात आलं, की माइ्या जिमनीवर कुठ राहते? पण आयुष्याच्या उत्तराधीत एक दिव्य माझी वाट पाहत बसले होते. कोगता तरी उच्च थ्यास हृदयानं घेतला म्हणजे कालाच्या गतीची जाणीव माणसाला जणू काय साठ दिवसच! जीवितातील सगळ्या आशाआकांक्षा बुडवून टाकणारा

वाढलो, जिन्यासाठी सगळ विसरून जाऊन आयुष्यभर कष्टलो, तो माझी जमीन नाही. मला वाटलं, माझा प्राणच गेला. ज्या जिमनीवर मी जन्म पावलो, खेळलो, मंडळीचा आग्रह म्हणून मी न्यायदरबारात भांडलोदेखील; परंतु काहोही साध्य झालं दुसऱ्याचा ६क्क आई. यमिनीला एक नवीनच धनी उपिश्रित झाला. घरच्या

रहून झाडांना आलिंगन देऊन मी तिथून निघालो. तेव्हापासून गेला महिनाभर मी त्या कुळागरात वेड्याप्रमाणे उपाशीच भरकत राहिलो. चौथ्या दिवशी दर झाडापाशी मला शक्यच नव्हतं. बायको व मुलं दुसरीकडं निघून गेली, पण मी तीन दिवसपयंत इलाज नव्हता, पण आता जगायचं कसं हा मला प्रश्न पडला. जिमनीशिवाय जगणं जो झाडं वाढली ती मला कायमची अंतरणार होती. पण काय करणार! दुदैवापुढं दुसऱ्याची होगार होती! माझ्या सान्निध्याच्या उबेनं आणि श्वासोच्छ्वासाच्या स्पर्शानं

,,पैमजी ,केळवा,ची यमीन माइया नयरेला पडली आणि माझ हदय उचंबळून

.ज्ञाह भ्रम् यमिनीच्या शोधार्थ फिरत आहे.

शिते! आल्यामुळे ती जणू काय पीडित झाली होती! तिच्या कणाकर्णातून आते स्वर निघत फलसमृद्धीच्या रूपानं जीवनाला देणं हाच तिचा धर्मे. या धमोप्रमाणं वागता न आहे, असा मला भास झाला. आपल्या उद्रात रसरूपानं साठवून ठेवलेलं वेभव आलं. काळ्या भुसभुशीत मातीची तो जमीन माइ्या दयेची याचना करीत पडलेली

वसवीत आहेत, असं मला केलं पाहिजे होतं. वृक्षगजीच्या दारीत बसून आनंदानं घररी करीत आहेत, गात आहेत, नवी सृष्टी खळवले पाहिज होते. जिथं एखादा पक्षीही चुकून फिरकत नसे, तिथं पक्षांची भिर्म पाहिज होतं. जिथं पावसाशिवाय पाण्याचा थेब नव्हता, तिथं मला पाण्याचे प्रवाह दुःखिनिःश्वास टाकगाऱ्या त्या भूमीतून मला फळाफुलांचं हास्य जागोजाग फुलवलं होती. मला माइया कष्टांनी नवीन राज्य वसवलं पाहिज होतं. उष्णातेनं करपलेल्या, स्वरूपात तिथं मला दिसली. चांगली वसलेली, भरपूर पीक देणारी जमीन मला नको कुळागर गेलं, पण दुसरी जमीन परमेश्वरानं मला दिली. एकच भूमाता वेगळ्या ही जमीन, मला हाका मारीत आहे, माइ्यासाठी तळमळत पडली आहे! माझ वारलं, मी तरुण आहे; ही जमीन, कित्येक वर्षे माणसाच्या स्पशीसाठी हपापलेली भग्न मनोरथ, सगळ काही विरून गेलं अन् माझं हदय नवचेतन्यानं उद्दू लागलं. निर्रान्राळी सुखस्वप्न योजली! तिच्या सानिष्यात माझ वाधक्य, माझी दुःखं, माझ फिरलो; त्या जिमनीची माती हातात थरून ती हुंगली; तिथं काही तास बसलो; "त्या जिमनोच्या स्पशीसाठी माझ हात स्मुरू लागले. मी तिथे जाऊन आनंदाने

''मी सध्या एकरा आहे. लोकांना संसारासाठी, बायकापोरांसाठी भूमी पाहिजे

ं.किंडि मला बायकापीरांची काय गरज होती? या नवीन जमिनीत मी नवीन संसार उभारणार असते; मला भूमीच्या संसारासाठी बायकापोरं पाहिज होतो. तो जमीन गेली; मग

भरजी बोलतच होता. गाडी 'कुळ्या'च्या स्टेशनात थांबली व आम्ही खाली

उत्तर्त्यो.

थोड्याच केळात आम्ही त्या जमिनीत पोहोचतो. तिच्यावर नजर पडताच भरजोच्या नेत्रांत विलक्षण तेज चमकू लागले, आनंदभराने त्याचा चेहरा खुलला.

त्याच्या अवथवांत चेतन्य शिरल्यासारखे झाले. स्याच्या अवथवांत चेतन्य शिरल्यासारखे झाले. स्या जमिनीचे स्वरूप पाहून मी हताश झालो. पण भटजी लहान मुलाप्रमाणे

त्या जीमनाचे स्वरूप पाहून मा हताश झाला. पण भटजा लहान मुलाप्रमाण आनंदाने बागडू लागला. मला वाटले, हा माणूस खरोखरच ठेडा तर नसेल ना? जीमनीवर दाट झाडेझुडपे वाढली होती. एका बाजूला डोगर उभा होता; दुसऱ्या इस मोडमोठ्या वृक्षोंचे रान माजले होते. कुणालाही हे दूष्य पाहून असे वाटले

नाजला मोठमोठ्या वृक्षांचे गुन माजले होते. कुणालाही हे दृश्य पाहून असे वारले नसते, की या रूक्ष जीमनीत सुपीकता दृद्धन बसली आहे. तेथील भयणाता तेवडो तम ताजला मोवस्थानातील दृश्य दिसत होते. तो मन प्रमात होते होता मान स्वाय केन्य दिस्त होते. तो

खणून पाही, माती हातात घेऊन तिची चिमूर तोडात राकी आणि म्हणे, ''सूपीक जमिनीने सगळे गुण या मातीत आहेत. थोड्याच वर्षांत तुम्ही ही

वमीन ओळखायला विसराल.". त्याच्या त्या उच्च वेडाला मी मनात हसतच होतो. त्या रखरखोत जमिनीतून ते नवीन बाग कशी उत्पन्न करणार, याचे मला राहून राहून आश्चर्य वाटत होते. तंतर आम्ही पाणी पाहण्यासाठी गेली. मेल दीड मेलाच्या अंतरावर नदीचा मंतर आमा केम नाया क्याचा याणा कम्म आणाणार केम आणाणार मेल मान

मारा वाहत होता. तेथून पाट फोडून आपण पाणी कसे आणणार, ते त्याने मला समजाबून सांगितले.

*** * ***

एका वर्षानंतर भरजी माइया घराकड आला. तो आता सर्वस्वी बदलून गेला होता. विजयी वीराचे तेज स्थान्या मुद्रवर खेळत होते. नेजंतून पूर्वीची किरुलता महन इसमी सरक स्थित महिनमं कि

नव्हतो. तो पंचवीस वर्षांनी तरुण दिसत होता. तो माझ्या टेबलाशेजारी येऊन उभा राहिला व आपल्या उपरण्याची पुरचुंडी ते माझ्या टेबलाशेजारी येऊन उभा राहिला व आपल्या उपरण्याची पुरचुंडी

मोडून रुपयांची ग्रास त्याने टेबलावर सोडली. मी आश्चरीचकित झाली. त्याने कबूल केलेली खंडाची रक्कम मिळेल, हो आशाच मला हातून लक्ष्मी; इतकेच नव्हे, ग्राम माझी जमीन त्याला हातून लागवडीला

वेईल याचीच मला शृंका होती. महमार के हमारमा

माइयाकड पाहत तो म्हणाला,

"ही तुमची खंडाची एक्फम मोजून घ्या." १ तुम्ह उस सम किए सरहा किहा

"एवडी रक्कम तुम्ही मला एक वर्षात देऊ इच्छिता?" 'भात काथ संश्वर? आपली सोन्याची खाण तुम्ही माझ्या स्वाधीन केली, मग

सीनं नसले, तरी ही रूपाची नाणी मी तुम्हाला देऊ नयेत वाटतं?'' ''तुमच्या अपेक्षेप्रमाणं जमीन उत्तरली ना?''

माजेबा वारसा । ६४

र्ट । इंद्रधर्मेख

स्वरूप पाहून तिचं कोडकौतुक केलं नाही तर कोण करणार? आता मी पूर्वीचा प्रवस्त्र पाहून पाहून प्राप्तिक घाता मी पूर्वीचा शाहिलो नाही. 'कुळ्या'ला मी जे काही केलं आहे, त्यामुळे माइया शारीएक घायीस संपुष्टात आलेल्या आहेत. एका विशिष्टा वयापवीत्त्र मनाचं सामध्ये देहावर विजय मिळवू शकतं. वार्थक्यानं आपली सीमा गाठली म्हणजे मग शरीराबरोबरच मनदेखील मिळवू शकतं. अन् माइयासारख्या साध्या माणसालादेखील पलोकडची हुरहुर लागते.

माङ्गा स्वाधीन करून श्रांत नजरेने माङ्गक पहत तो म्हणाला, "महाराज, यंदा आपण जमीन पाहित्याशिवाय राहू नये. आपण तिचं आजचं

सावेळी त्याच्या देहात व वृत्तीत कितीतरी बदल झालेला मला दिसून आला. पैसे

देई व आपण तथार केलेली बाग पाहून जाण्याबहुल विनंती करी. हा प्रकार तीन वर्षे चालू राहिला. चौथ्या वर्षी भटजी रक्कम घेऊन आला

तीन वर्षे केव्हाच निधून गेली. या अवधीत मी एकदाही 'कुळ्या'ला पोहोचलो नाही. जमीन पाहण्याची इच्छा होती; परंतु इतर व्यापांमुळे एक दिवस मोडून भूज्या'ला जायला मला फावत नव्हते. भरजी दरवर्षी नेमाने खंडाचे रुपये आणून

पाहायचे माइ्याकडून वचन घेऊन भटजोंनी निरोप घेतला.

कसा ठेवीन? सुरुवातीचे वार महिने झाडंझुडएं मारून मी जमीन साफ्सफ करण्यात क्षेळवलं, घलिले. नदीला पाट फोह्न जमिनीच्या सगळ्या भागांतून पाण छेळवलं, पाणांतून पाणांत्र. सध्या माझी बायको, आपात झाल्यावर लागवड केली व मग मुलाबाळांना आगंदांन सध्या माझी बायको, आपात झाल्यावर मार्स मार्स चोनंत्र किली जिले. जमिनसंसंबंधी पुष्कळ बोललो. जमीन सी आपात होता हो होता हो साम करताता."

आधी सांगा पाहू।'' ''माइया प्रयत्नांनी वसवलेली जमीन माइयापाशी असताना मी त्यांना बाहेर

मला समाधान लाभणार नाही." ''मी तिथं लवकरच येईन. पण तुमची बायकामुलं सथ्या कुठं आहेत ते मला

गोष्टी झाल्यावर तो म्हणाला, ''आता तुम्ही जमीन पाहाथला केव्हा येता? तुम्ही तिथं जाऊन नजर टाकल्याष्टिावाय

माङ्मा मनाप्रमाणं एका वर्षात जमीन उत्पन्न देऊ शकली नाही." ती थोडा वेळ थांबला. मी त्याला बसायला सांगितले. इकडच्या तिकडच्या

"म्हणज्ञे". "मी केलेले संस्कार तिव्यावर नवीनच होते. त्यामुळे कल्पनेबाहेर तिथं खपूनही

ें. होत पंवहंच की अजून तिनं आपलं खरं रूप दाखवलेलं नाही."

"माइया अपक्षेपलीकड उतरली. तुमची जमीन अतिशय सुपीक आहे हे तेव्हाच

"चला, आपण थोडे फिरून येऊ." भरजी पुढे झाला. मी त्याच्या मागोमाग मंत्रमुग्थपणे चालू लागलो.

भरजी म्हणाला,

.1175

मंडकी आमन्याभीवती गोळा झाली. सगळ्यांच्या चेहऱ्यावर एकच पवित्र आनंद तमकत होता. निस्माध्या आत्म्याचा प्राप्तिता प्राप्तिता वर्णा काय नाचत

थाची कल्पना केली म्हणजे तुम्हाला भटजीची मनःस्थिती समजेल. आम्ही दृष्टीस पडताच मळ्यात काम करीत असलेली भटजीची बायको व इतर

ह्याल होया. नवसासायासांनी झालेले मूल सुंदर गोजिरवाणे नियावे म्हणजे ल्याच्या क्रमल माहेलाना काथ होता अपल प्रतिकार दाखविताना काथ होत असल

सौंदर्य आले होते. ठेकडी उतरून आम्ही खाली आली. आपली बाग दाखवायला भरजी अधीर

हत्य अपूर्व आनंदाने नाचू लागले. पूर्वीच्या रुक्षते भा भागिति की की कंगिति के किति के कांति के कांति के कांत्र तिका नव्हती. भागित्र उद्यातुन नियालेले व मोपल्या भागव्या स्थाण याहिली नव्हती. भागव्या सगाव्या सगाव्या माण्या माण्या काल्य आपल्या माण्याची क्ष्मित्र मिन्ति माण्याची क्ष्मित्या प्रमित्ति के प्रमित्त के प्रमित के प्रमित्त के प्रमित के प

इशारत देत तेथे पाच-पत्रास गुरे स्वैरपणे चरत असलेली दिसली. मी खाली नजर फेकली आणि तेथून दिसणारा अवर्णनीय देखावा पाहून माझे

—आणि योग्य वेळी आम्ही 'कुळ्या'ला पोहोचलो. आम्ही एका टेकडीच्या माथ्यावर आलो, तेव्हा भटजीच्या नव्या जगाची

दुर्लक्ष केलं. आज मात्र मी तुमच्याबरोबर येत आहे."

पोशाख करोत मी भटजोला म्हरले, ''भटजो, मला क्षमा करा. गेली तोन वर्ष मी तुमच्या उद्योगाकडे कठोरपणानं

इच्छा आहे." भरजीचा कातर स्वर मला असहा झाला. हातातील काम अधैवट मीडून

माइं नं जग पाहून मी जगत आहे खरा; परंतु ते जगणं स्थापं खरां नामं नहीं। माइं नं जगणं स्थापं कामं करवतं नाही, मग जगणयात माल मोज कशी वाटेल? ज्यानं आपला सगळा जन्म काम करण्यात घालवला त्याच्यावर निष्क्रियतेत दिवस् ज्यानं आपला सगळा जन्म काम करण्यात घालवला त्याच्या साही पावतं म्हणज्या प्रांता असामं असामं असामं प्रदेश माइंग पावतं मरणाच्या दिश्नेनं वेगानं पदत आहेत. अशावेळी आपण करा. सथ्या माइंग पावतं मरणाच्या दिश्नेनं वेगानं पदत आहेत. अशावेळी आपण करा. सथ्या माइंग पावतं मरणाच्या मि चर्मित माइंग चाइंग वाहंगे वाहंगे

६४। इद्धमुख

भटजी म्हणाला, माझ्याकड दिली.

मुलगा धावतच घरात गेला व लवकरच दोन मोठी पिको केळी आणून त्याने "धन्यासाठी दो मैडीकी केकी घरातून घेऊन ये पाहू।"

— आणि आपल्या एका नातवाला जवळ बोलावून भरजोने म्हरले, **..**(तिाणज्ञ- किक

भ्राभिक्कम घड पाहा! याचे एकेक केळ हातभर वाढते बघा! यांना आपण भेडोळी' प्रतीकच आहेत, असं नाही का तुम्हाला वाटत? या केळीचे तीन हात लांबीचे हे आकर्षक वारणाऱ्या या केळी म्हणजे हिंदू संस्कृतीच्या पावित्राचं अन् औदायोचं ही सरळ, गोल, शुभ्र खोड व वरतो हिरव्यागार पानांचा डोलदार झुबका यामुळ ने निरनिराळ संस्कार झाले आहेत, त्यामुळ काही झाडं आम्हाला सुंदर वाटतात. तुम्हाला वारत? आमच्या भावनेवर परंपरागत रीतीने आमच्या धमीचे व संस्कृतीचे

"काही झाडाशी आम्हा हिंदूच्या थामिक भावना निगडित आहेत, अस नाही का आम्ही केळीच्या वनांत शिएलो. भरजी म्हणाला.

मिळून एक प्रचंड हिरवेगार छप्परच जणू काय बनले होते. तावल्या होत्या. शेकडा झाड दारोने लावल्यामुळ त्यांची लांबरुंद पाने एकमेकांत किक कि कि कि किया विभागिक इस्पा विभागिक विकास स्था विभागिक विकास स्था किया है।

एकमेकांबह्त दार स्नहभाव बाळाून स्तब्ध उभ्या असलेल्या चिमुकल्या طلان،،

शिक्त वर्षापूर्वी लावलेल्या आंब्या-फणसाची गीड फळ वर्षानुवर्षं आपण खात नाही न्तेन माणूस कायेप्रवृत्त झाला असता, तर जग इतक सुंदर दिसले असते का? आमची मुलबाळ आहेतच ना? आपण पेरावे अन् आपण खावे अशा आकृचित नसली, तरी तो उत्पन्न केल्याचं समाधान काही लहानसहान नाही! अन् नाहीतरी लागतील अस तुम्हाला वाटते? पण त्याची फळ लवकर मिळण्याची आशा

"मी आधी हे कुळागर लावले. पीफळीची कोवळी पोरं किती वर्षांनी पीक देऊ ीक या जीमनीची सेवा करायला माइयाकड आले."

माहीत! पाण्याचे अमृत इथं उत्पविलेलं लोकांनी पाहिलं, अन् नंतर हे कुळवाडी सावेळी मला किती आनंद झाला असेल ते गंगेला खाली उत्पविणाऱ्या भगीरथालाच फोडीत मी इथपर्यंत पाणी आणाले. पाण्याची पहिली धार या तृषाते भूमीत पडली. उाप न्ह्राध्याद्य नपूछ नेव्रीम ज़िक निव्रीप नाूण्य ति हि निव्रीम किम ई ,ज़िन होती? तेव्हा मी अगदी एकरा होतो. पाण्याशिवाय हा सगळा पसारा मांडता येणार दिसत असलेली कुळवाडी लोकांची ही तीस-चाळीस झीपडी त्यावेळी इथं कुठं ,,ई नाचगारं पाणी इथं आणायला किती कष्ट पडले असतील? तुम्हाला इथं

कियों के अहि, ने विम्हा स्पाने तुमची नमीन किती गोड आहे, ने तुम्हाला

कळून येईन."

. है शब्द प्रेकून मला हमू आल्याशिवाय राहिले नाही. हे शब्द प्रकून मला हमू आल्याशिवाय राहिले नाही.

आम्हे बराच वेळपर्यंत बागेत हिंडलो. भटजोने प्रायेक लागवडीकडे मला नेऊन त्यासंबंधीची शास्त्रोक्त व व्यावहारिक माहिती मला विस्ताराने पुरविली. एरवी मला ती कंटाळवाणी वाटली असती; परंतु भटजोच्या रसरशीत वाणीतून अनुरूप हावभावानिशी निधताना ती मला कंटाळवाणी वाटली नाही. माझे दोन तास केव्हाच निधून गेले.

बागेतील फळ पोटभर खाल्ल्यानंतर मी जाण्यास नियालो. भटजी मला बागेल्या कुंपणापर्थंत पोहोचवाथला आला. आदर व कृतज्ञता थांनी भरलेल्या नजरेने मी भटजीकडे पाहिले. जगाला अज्ञात राहिलेला, लौकिक मोठेपणाची हाव न बाळगलेला, समाजाच्या दृष्टीने अडाणी व धुल्लक, असा तो साथा, सरळ माणूस बाळगलेला, समाजाच्या दृष्टीने अडाणी व धुल्लक, असा तो साथा, सरळ माणूस का पृष्टीचा निमीता होता. त्याने भूमातेचे पांग फेडले होते. मी त्याच्याकडे आदराने

वळून पाहिले व त्याचा निरोप घेतला.

थोड्या नेळानंतर मी भरजीच्या घरी गेलो. सगळी मंडळी रहू लागली. भरजीला आकस्मिक मरण आले होते. तो प्रसंग जितका करण तितकाच उदात

भरजाला आकासमक मरण आल हात. ता प्रसग जितका करणा तितकाच उदात होता. आयुष्यात पहिल्यांदाच मला एका दैवी भावनेचा साक्षात्कार होत होता. मी सगळयांना जवळ बोलावून सद्गदित स्वरात म्हरले,

ंश जिमनीवर आजपासून माझा अधिकार नाही. ज्यांनी तो वसवली आणि तिला खरीखुरी जमीन करून तित्यासाठी देह ठेवला त्या महात्याची हो जमीन

मी शून्य मनाने तेथून परतलो. आकाशात अजून धूर चढत होता. त्या धुराच्या विरल वलयांत भरजीचा दिव्य

संदेश सारे वातावरण व्यापून टाकीत आहे असा मला भास झाला.

यहमगाराव सरदेसाई

ព្រារ គាន្បូអ

प्रहिन्स

भेसे! माझे तेवढे तरी सुख हिराबून वक नका!' आग्रह करू नका! माझा देव मला ते घेऊ देत नाही. माइया कष्टाचे नव्हत असते. असे असूनही तो हा रुपया घेत नाही. तो म्हणतो, 'नका! मला डोळ्यांत टचकन पाणी उभे राहते. त्याला एका पेचे मील रूपयाएवढे साहेबाने दया येऊन आपल्या हातात रूपया टाकलेला पाहताच त्याच्या अधूनहो तो मनाने श्रीमंत आहे, वृत्तीने तत्त्वनिष्ठ आहे. गाडीतत्या सिर : कार्या भरायला लाज्यापाशी दोन अणिसुद्धा नसताता आणि प्रामाणिक अशा आत्याचा हा ओझ्रता परिचय आहे. आगगाडीत भारतीय संस्कृतीत वाहलेल्या एका दुदैवी आणि दरिद्री, पण सात्त्विक एका निष्पाप, खंडवळ, साध्याभोळ्या जीवाचे चित्रण आहे. खऱ्याखुऱ्या श्रहपडणाऱ्या, उपासमारीतच दुसऱ्यापुढं हात पसरायची लाज वारणाऱ्या, ात्रीकारणार क्षेत्री तिज्ञाक मागातमागर निम्मक ार ज्ञास् उपायाम नांब्रीए भरणयाकरिता बायकापीरे सीडून शेकडो मेल दूर निधालेल्या, मुंबई हे बालमनाच मूक दु:ख चित्रित फेले फील आहे. या गोष्टीत पोटाची खळगी लक्षात येइल. दिवाकर कृष्णांच्या गोधित पितृप्रेमाकरिता हपापलेल्या एका तुलना करून पाहिली म्हणजे या दोघांच्या मनोधर्मातले साम्य सहज योजना इत्यादी दृष्टीनी 'अंगणातला पोपर' व 'समुद्राने पाणी' या गोष्टीची दशेन वाचकांना होते. कथाविषय, त्याचा विकास, भाषाशैली, प्रतीक-दिवाकर कृष्णाप्रमाणे चोरघड्याच्या कथालेखनातहो कोमल कविमनाच

त्रितार के सूनमधून सूचक आधुण अध्यूष्ण वाक्से वायस्त प्रापाठीमा शालास कि स्थान स्थान

दहंलच', 'शपूर्वी त्याने कथीच पाप केल नव्हते का ?' इत्यादी वाक्ये या बोलवीन. गरिबाची ओळख असू घा! माझे हेही दिवस देव बदलून 'दादा, तुम्हा मुबइला आलात को मला भेटा. मी तुम्हाला जेवायला

. जज़ार अहित.

सत्यता ही कथा वाचल्यावर आपणाता परल्यावाचून राहत नााही. विषयातूनही जातिवंत कथाकाराला गोष्ट निर्माण करता येते, या उक्तीची कवीप्रमाणे लघुकथालेखकालाही अगम्य असा विषय नाही, अगदी साध्या

प्रश्नच असतो. त्यात पुन्हा मी थोडा अस्वस्थच होतो. माइ्या घरचीच चित्रे माइ्या निराय-भेटायला आले म्हणजे बोलायने काय आणि भेटायने कसे, हा एक मोठा रात्री आठला माझे सर्व मित्र मला स्टेशनवर पोहोचवायला आले. कुणो

वर आलेल्या चंद्राकड लक्ष गेले. माङ्याकड पाहून तो म्हणाला, "चंद्राकड पाहू मागबून सर्वांना निरोप दिला. गाडी आता सुरणार, माइ्या एका मित्राचे आकाशात आगाडी आली. मी माझे सामान डब्यात रचण्यात वेळ घालविला. चहा डोळ्यांसमोर दिसत होतो.

खाली बसलेला एक मनुष्य माइयाकड पाहू लागला. माझेही लक्ष त्याने वेथून घेतले. मनःस्थितो जशी असते तसलीच चित्रे आपल्या मनात भरतात म्हणो! दाराजवळच परंतु त्याचा हा विनोदही मला मोठासा हुद्य वाटला नाही. मी दार लोटून घेतले. ": जिपाल अमन्या वहिनीना उचको लागेल:"

धुतला होता. धीतर पण पांढरे होते. गावाला जाण्याची त्याची तो तथारी! जवळ श्यामल, पण सतेज! त्याच्या अंगातला एकुलता एक सद्रा गंगेच्या पाण्यात तिकीर नसावे असे अनुमान निष्टू शकत होते. त्याचा वणे आणि त्याचे डोळ दोन्ही त्याच्यात पाहण्यासारखे पुष्कळच होते. तो खाली बसल्यामुळे त्याच्याजवळ

सामान काहीच नाही. दुसरे थोतरसुद्धा नाही!

मुरम् नाम ताखरार ग्णास रुक इंडिंग नामंह नार सारण्य नाम न्यूपसून लागला. चंद्राची किरणे दिव्याच्या प्रकाशातही त्याच्यापयँत आलेली दिसत होती. त्याला वारले, मी बडा माणूस! माझ्याकडे फारसे पाहू नये. तो खाली पाहू

बसला. आपल्या हिंदुस्थानी भाषेत तो कसलेसे गाण गुणगुणत होता.

तान ने गाग मोठ विचित्र होते. चंद्रापक्षा सूर्योवर त्याचा जास्त जीव होता. येऊन कामधेदा करील. मी माइया मित्राकरवी तिला माइया खुशालीचा निरोप पाठवीन." म्हणजे आमचा दोस्त जो सूर्व तो आकाशात वेहेल. मग माझी घरवाली झीपडोच्या बाहर तुझा मला काही उपयोग नाहीं। माझी बायको तूँ असताना झीपडीत असते! तूँ गेलास ''हे चद्रा, तू आकाशात फार वेळ राहू नकोस. तू लवकर मावळून जा! कारण

हर । इंद्रधर्मेख

"काहो कामधंदा शोधायला." "तुझी बायकार्ग फुट फुट फ़िरि?"

,,मग मेंबईया कशाया चाययास5,,

''कुणी नाही. कोण असायचं आहे?'' तो एवढेच बोलला. पण त्याला दहा

,,मेंबईબा:,,

"कुठं जातोस तू?"

". जज़िस हमाजा सन्त्र मिट मूल राजम होता हो एवस समाज सम होता."

"!ाम एडम इन्पू र्त सार्तड़ राणझ्म गिग कि प्राप्त हु".

माइयाविषयी तो श्रांकतच होता. विश्वास वाटेना त्याला माझा!

पोलीसवाला येऊन तुला उगीच मारील." तो वर बसेना. मी त्याचा हात धरून त्याला जवळ बसवून घेतले तरीदेखील

का? "नसू दे तुझ्याजवळ तिकीट. तू इंकड़ ये व इंथं वर बेस. नाहीतर एखादा

"माझ्याजवळ तिकीर नाही. मी जयपूरहून आलो." रिक्रन रिक्र गाप कथिक नाष्ट्री होगूप होगी होगी कथी नाहि होगूप

—ाणाण्डम नाध्यन पि एगाल खाक पालान<u></u>

"भाऊ, तू कुठून आलास?" ते दबकला. त्याला वाटले, आपण या डब्यात उगीच बसलो. त्याचे मन

गरिबांना सुख देत नाही. तूदेखील आमचा वैरी आहेस. तू जा. तू जा...'' आता माझ्याने राहवेना. त्याला विचारावे तो कोठून आला मि कुठं चालला ते!

पण मी भुलणार नाही. तुझे आणि त्या रात्रीचे सख्य आहे, की जो राजी आम्ही उपाशी निजलो असताना आम्हाला जागविते आणि रहायला लावते— जो अवदसा आम्हा

लाला किती दिवस झाले असतील? त्याने पुढची कडवी म्हरली, ''तुझी कल्पना असेल, चंद्रा, की तुस्था सोंदर्याला भाळून मी तुस्थाकडे पाहीन.

मुंहम र्माक्षान आपल्या दुःखी मनाला समाधान देत अमेल का बायकोपीर मोडून

मास्थासाठी पाखरासारखी फडफडत अमेल.'' ति इस्ते केली तेव्हा त्याच्या डोळ्यांत अश्रु आलेले दिसले. खरेच! ती

तो पुन्हा गुणगुणू लागला. ''चंद्रा तू जा! तू जाश तू माझा कुणी नाहीस. तू मला समाधान देऊ शकत नाहीस. तू जा, तू जा आणि माझ्या सोबत्याला लवकर पाठव. माझी बायको

नंत्रावर प्रेम करण्याची लाची ऐपत नसेल!

गगावू नका. देव मुखी ठेवील!"

इतक्या उमरीत में कथी दान घेतलं नाही. हात आहेत तोवर भिक्षा मागणार नाही.

त्याला गद्रगदून आले. तो गहिवरून म्हणाला, ''सहिब, सुखी राहो तुमची घरधनीण. पण मला ते खाण्याचा हक्क नाही.

अगदी गरम आहेत. तू खा. उद्याची तुझी काळजी देव करील.'' कदाचित त्याला त्याच्या पत्नीची आठवण झाली असेल. त्या हळुवार मन:स्थितीत

मास्या मनात! दुसरा कसलाही विचार न करता माझा फराळाचा डबा मी त्याच्यापुढे ठेवला. ''भाऊ, हे घे. माझ्या बायकोने हे पदार्थ स्वतः आपल्या हातानं केले आहेत.

त्या मुखी चारा कोण घाली?' में संतवना असेल का? किती काहूर उठले होते

भाषाणाचे पोटी बैसला दुर्स

असेल का? आणि तसे नसेल तर त्याला जीवन कोण पुरवितो?

विकल होऊन गेली. हा इतका दुःखी आहे, पण याचे तोंड यिकिवितदेखील मलूल नाही. तरणाताठा मनुष्य एकदम मेला तरी त्याच्या तोंडावर तजेला असतो. तसे नाही. हमीन हमी हमीन हमी हमीन हमा नाहा हो हमी हमीन

ठेव—' कशाला त्याच्या अंतःकरणाच्या विधड्या करा? जी सत्ये मला आकलन झालीत ती इतक्या विदारक स्वरूपात, की माझी गात्रे

लाला परमेश्वर हवा होता. देवाजवळ प्रार्थना करील- 'माझी कच्चीबच्ची सुखात

स्याच्याजवळ आहे. सूयोवर, देवावर याचा विश्वास का बसावा? — पण त्याविना तो जगणार कसं? आमच्यासारख्यांना देवाची गरज नसेल.

हा नीती कुणासाठी पाठलो? सूर्थाबरोबर खुशालीचा निर्मेप पाठविणयाइतको माथा

अंत:करण फुटून गेले. मग हा जगणार कसा? दोन दिवस उपाशी असूनही हा चोरी का करीत नाही?

आएला बाप पैसे मिळवील, मग आएण दीन ठेळ जेवू...! काव्याच्या दृष्टीने हा विषय कितीही मनोज्ञ असला तरी त्यातील सत्याने माझे

तरी त्याच्या बायकापीरांना पत्ता लागणार नाही. ती बिचारी कत्पना करीत असतील—

"काही नाही. आपण कमाई करीत नाही. खायचं काय?—" — म्हणजे हा दोन दिवसांचा उपाशी? हा उद्धा मुंबईला पोहोचेल, भुकेने मेला

''आणि आज काय खाल्लंस?''

". जिलाउ म्ळक केछ (जिगाल क्रूब (तिवापलाक रिंड सिर्म राज्ञ")

"र् प्रकारक सिर्फा हिस्से सिर्फ सिर्फ"

म्हणून तर चाललो."

७० । इंद्रधर्मेख

होती. एखाद्या निरागस बालकासारखे त्याचे मन होते. एखाद्या रानझरीसारखा भिकेचा पैसा घ्यायचा नाही ही त्या गरीब, निधेन जिवाची तेजस्वी नीतिमता

पाठपुरावा का चालवावा? आणि असलेच प्रसंग वारंवार का दाखवावेत? परमेश्वराने आपले हृद्य असे हळुवार का करावें े आणि दुदैवानहीं आपला असा कशाला निर्माण केले आपल्याला? आपण गरिबांची दुःछे हलको करू शकत नाही! वारला! त्यावेळी मी अशा अवस्थेत होतो को, ज्यावेळी आपत्याला वारते, देवाने भुका, कंगाल, दरिंडी अपूनसुद्धा त्याचा भाऊ म्हणवून घेताना मला अभिमान

". जुला शपथ आहे माझी, ते पैसे तू खर्च कर."

तो खर्च करणार नाही असे मला वारले.

भेरे ते अगरे भार त्याने अगरी आतंत्या पाकिरात ठेवले. कंदाचित ते पैसे जेवणापुरते दोन आणे द्या मला! सहिब, तुम्ही रडावं एवढी माझी योग्यता नाही." ''कशाला तुमची माझी भेट झाली? तुम्ही माइ्या भावासारखे आहात. माइ्या

ती रडता थांबला. माझे तोड त्याच्याने पाहवले नाही. तो एकदम म्हणाला, ". तिन रहे ने मुख हिंग है। माझे नेवंद ते मुख हिंग वून के नका."

"नका, मला आग्रह करू नका. माझा देव मला ते घेऊ देत नाही. माइया ि जिन्ह्रीए माष्ट्र कि इिम्ह्रीए ई

कि कि फिर्म प्रस् मेठिक की इस में मापकु !। इस हो । वाम हो । वाम हो । त्याने रूपया पाहताच हुंदके द्यावयास सुरुवात केली. माणसासारखा माणूस ".एक प्रस् मि लिगिल गम

''हे हे. आता तर आड येणार नाही ना धर्म तुंशा? मला मुंबईला भेटल्यावर मी खिशातून एक रुपया काढला.

केली. किती उज्ज्वल होता त्याचा मनीथमे!

असते, यावर या सहिबाचा विश्वास बसणार नाही. म्हणून त्याने धमोची सबब पुढे परंतु ते खोरे होते. त्याला वारले असावे. गरिबांना स्वाभिमान असतो, दानत खाईन. माझा धर्म बुडेल."

''सहिब, आम्ही लोक दुसऱ्याच्या हातचं खात नाही. हातानं करीन तेव्हा लागलो.

तो क्षणभर विचारात पडला. मला वारले, तो आता खाणार. मी डबा उघडू ...केम अभी हि ,ाछ .भक्म

"भाऊ, असं समज, देवानंच तुड्या पुण्याचं बक्षीस दिलं. तू अनमान करू डाळवांत पाणीही आले आणि माइयावर मी चिडलोही. का चिडलो तेही मला कळना! माझी मलाच, का नंतर नकळ, लाज वारली, किती पुण्यवान जीव हा! माइया दोन दिवसांच्या उपाथी माणसाचे उद्गार! माइ्या मनोदेवतेने मला डिवचले.

त्याच्या जीविताचा ओष निमेल आणि अखंड होता. काठावरच्या वनस्पती जीवन

थोड्या वेळाने माझा आवेग कमी झाला. त्यालाही माझ्याबद्दल आपलेपणा शाषित असतील त्याच्यातून!

— रुज्ञामिस मार नाम के मोकळमाने मला घरन्या गोष्टी सांगू लागला. पुढचे बेतही त्याने मला

तरी कामधंदा मिळलच. तिथं पुष्कळ पैसेवाले आहेत म्हणे! त्यांनी पुष्कळ कारखाने "दादा, तुमची आठवण मोठी खोल गहील मला. आता मुंबईला जाइन. कुठं

काढले आहेत पेशावर आपल्या! कुणीही ठेवील मजुरीला."

वारत होता! आशा कशो असते? मुंबईला जशी त्याच्याकरिता नोकरी राखूनच ठेवली होती! त्याला आत्मविश्वास

होते. मुंबईसारख्या अफाट समुद्रात... त्याच्याबद्दलच्या आपलेपणाने मला कोणताही मला भीती वाटे, उंचावरून कोसळणारी नदी पवंताच्या दऱ्यांत पुष्कळदा लुप्त

पुढचे स्टेशन माझे म्हणून मी सामानाची आवराआवर चालविली. दोन आणे अभद्र विचार करावासा वाटेना.

देऊन मी त्याचे हृदयच विकत घेतले होते जणू! तो मला म्हणाला,

''दादा! तुम्ही मुंबईला आलात की मला भेटा. मी तुम्हाला जेवायला बोलवीन.

गरिबाची ओळख असू हा. माझे हेही दिवस देव बदलून देईलच!"

माझे स्टेशन आले. त्याने सामान उतरवून दिले. मला नमस्कार केला. आपल्या अनुभहाची किमत अभेल तर तो किमत तुला युगानुयुगांपासून देत आले आहेत...! तू त्याचे दिवस बदलून देशील रे? सतत रक्त, सतत अश्रू, हीच जर तुह्या गरिबांचे दिवस देव बदलून देईल ? गरिबांच्या देवा! कोणात्या नवसाला पावून

सग्यासीयऱ्यांना सीडल्यासारख त्याच तोड उत्तरले होते. त्याचे डोळ भरून आले.

मुंबईला समुद्र आहे. त्या समुद्राला असंख्य नद्या येऊन मिळतात. शोतल, आगगाडी माझ्या समीरून निधून गेली. आता हा जीव मुंबईला जाईल.

ला समुद्रात मासे असतात, त्या समुद्रात मगरी असतात. लहान माथांना मगरी मधुर पाणी असते त्यांचे! पण तरीदेखील समुद्र खारा, कडवरच!

ही कोवळी, भुकेली मासळी त्या समुद्रात चालली आहे. ही कसली जगते! समुदाने पाणी खारे, कडवरच! खाऊन टाकतात.

जुगाच्या तरी भक्ष्यस्थानी..

—मुंबईया पैक्कळ पैसवाय योक आहेत म्हणे!

वामन चोर्घड

१७ । गिंगम जाहमुम

कड़िका अल्प परिचय

5मार त्यामग्रेड . १

भेडिस्पिएथा' ही गोष्ट लिहिणारे हिंसे नारायण आपटे मराठीतर सर्वशेष्ट भेडिस्से स्विशेष्ट स्वेशेष्ट स्विशेष्ट स्वेशेष्ट स्वेशेष्ट

त्या प्रकारमान्य मनुष्याला महाराष्ट्रातल्या महाराष्ट्रातल्या मनुष्याला सम्वेषाला स्वनामान्य मनुष्याला स्वनामान्य मनुष्याला स्वनाम्या स्वन्यान्य प्रकार स्वन्य क्षित्र स्वान्य क्षित्र स्वान्य मान्य मान्य स्वान्य मान्य स्वान्य स्वान

कादंबरीकार्यातही त्यांचे स्थान पहिल्या पेक्तीत आहे.

दिवाकर कृष्णा

कान. तीत्र त्रियन कियी हेथे विकास क्षेत्र . स्क्रिंग कार्य नाहते नात्र पेपूर्ण नाव दिवाकर कृष्ण केळक. हैद्याबाद वेथे विकास कर्मण नाव दिवाकर क्षेत्र होता कार्य असे तरी त्रिक्षण प्राच्य है चाह्मय प्रकार त्रिक्त क्षेत्र कार्या होता क्षेत्र असी आधी हिए क्षेत्र होत्र क्षेत्र हे सहज दशिवतील. १९२० पर्यंत मराठी कथा हो मुख्यतः गोष्ट किती साथ आधी आधी है सहज दशिवतील. १९२० पर्यंत मराठी कथा हो मुख्यतः गोहतः होती. बोध व संवा करणयाचे एक सुटसुटीत साथन या दृष्टीनेच लेखक तिव्यक्त पाहतः होती. बोध व संवा क्षेत्र क्ष

कहाणी नाही, हे काव्यही आहे याची जाणीव त्यांच्या लघुकथांतूनच पहिल्यांदा स्पष्टपणे प्रगट झाली.

३. वि. स. मुखरणकर

'महाप्रिच्या पायथ्याशी' हा एकच कथासंग्रह सुखटणकरांनी दीड तपापूर्वी तिहासिक्या पायथ्याशी हा एकच कथासंग्रह सुखटणकरांनी दीड तपापूर्वी तिहासिक्या असला तरी त्यांच्या गोधितल्या अनेक वेशिष्ट्यांमुळे तो अविस्मरणीय वाहती. गोमंतकाच्या निसर्गरम्य पार्श्वभूनाचा आणा त्यांच्या कथा लिहिल्या आहेत. प्रमिश्यतीचा कुशलतेने उपयोग करून त्यांनी या संग्रहारिल्या कथा लिहिल्या आहेत संग्रहाशिवाय त्यांनी बालवाङ्मयही निर्माण केले असून, 'रामशास्त्रो' या प्रजेच्या आधारे दोन चित्रपट निष्मले असून, 'रामशास्त्रो' या प्राचलल्या कथेची रचनाही त्यांच्याच हातून झाली आहे.

प्रहांच भी भी है।

'यशवंत' मासिकाने तीन-चार तांगूर्वी उत्कृष्ट कथेकरिता लावलेल्या बिक्षमिपेकी पिळाले पश्चिता लावलेल्या बिक्षमिपेकाले मिळाले पहिले बक्षीस यशवंत गोपाळ जोशी यांच्या 'शेवग्याच्या शंगा' था गोधीला मिळाले वक्त त्यांचे नाव महापष्ट्रांत सर्वतेमुखी झाले. तेव्हापासून पुढे आठ-दहा वर्षे कथालेखक स्पूच्यांत नाव महाप्राध्वात सर्वतेमुखीले. मध्यमवर्गातिल्या काही विशिष्ट सुखदुःखाने भूतानापूर्ण चित्राण व अनेक बऱ्यावाह्ट नव्या गोधींचा खुसखुशीत उपहास हे भावनापूर्ण चित्राण आधील होत. 'पुनर्भेटी'च्या सात भागांत त्यांच्या जोश्यांच्या लिखाणातले आकर्षक विशेष होत. 'पुनर्भेटी'च्या सात भागांत त्यांच्या बहुतेक गोधी समाविष्ट झाल्या आहेत.

५. लक्ष्मणराव सरदेसाई

विविध हालचालीही नाजूक कलमाने त्यात चितारत्या गेल्या आहेत. गोमंतकात झालेल्या चळवळीत भाग घेऊन त्यांनी कारागृहवासही स्वीकारला होता.

ह, वामन चोरघडे

नीशी-सरदेशाई या कथालेखकांची पिढी व लानंतर पुढ आलेल्या गीखले-संध्यांक या कथालेखकांची पिढी यांच्यामधील दुवा म्हणने चीरघहं! ते सध्या वध्योच्या कॉमसे कॉलेजमध्ये प्राध्यापक आहेत. 'सुषमा', 'हहन', 'योववादाचा त्यांच्या व 'पाथेय' असे त्यांचे पाच कथासंग्रह प्रकाशित झाले आहेत. गांधीवादाचा त्यांच्या जीवनावर झालेला परिणाम त्यांच्या गोधीतून स्पष्टपणे उदून दिसतो. कथाकाराचे मन उही एक कविमनच आहे, याची कलापूणे जाणीव दिवाकर कृष्णांप्रमाणे त्यांनाहो आहे. कथावस्तू, तिचा विकास, तिची सजावट, वगेरे सर्व गोधींत त्यांचे हे वेशिष्ट्य अहि. क्यावस्तू, तिचा विकास, तिची सजावट, वगेरे सर्व गोधींत हो हे वेशिष्ट्य

र्गागड ष्टाम्झ्नीघर .थ

'गीतांजिति' लिहून 'नीकेत प्राइझ' मिळविणारे रवीन्द्रनाथ टागोर कंनी, तघुकथाकार, कादंबरीकार व निबंधकार या नात्यांनी विश्वविख्यात आहेत. 'काबुलीवाला', 'मुट्टी' (Home- coming), 'रायचरण' (The Child's Return) वर्गेरे त्यांच्या लघुकथा मोठ्या इंदयंगम व काव्याणी आहेत. या संग्रहातली 'श्रीमती' ही त्यांची गोष्ट छोट्या परिणामकारक कथेचा एक नमुना म्हणून घेतली आहे.